Màu nhạt nắng

- *Để bảo vệ quyền riêng tư, một số nhân vật trong sách này đã được thay đổi tên.*

MÀU NHẠT NẮNG - Hồi ức tuổi thơ

PGS. BS. Huỳnh Wynn Trần

NXB Thế Giới - Xuất bản lần thứ nhất tại Việt Nam, 2019

NXB Liên Phật Hội (United Buddhist Publisher)

Tái bản lần thứ nhất tại Hoa Kỳ, 2023

với sự cho phép bằng văn bản của tác giả

Hiệu đính và thiết kế bản in: Nguyễn Minh Tiến

ISBN: 979-8-8693-1661-5

PGS. BS. Huỳnh Wynn Trần

Màu nhạt nắng

UNITED BUDDHIST PUBLISHER

Mục lục

Màu nhạt nắng

- Ê Quỳnh.[1] Chiều nay đi bẻ bình bát không mày?

Thằng Hải đầu xóm ngó vào cửa sau nhà tôi ngoắc ngoắc tay. Tôi ngước nhìn ra xem có ba tôi ngồi canh không. May quá, hình như ba tôi đi ra vườn rồi, nếu không chắc đã bị la một trận vì mấy hôm trước tôi vừa trốn đi chơi với đám thằng Hải.

- Ừ, học xong tao "dọt" ra. - Tôi nói nhanh, tay vẫy ra hiệu cho thằng Hải trốn đi.

- Chỗ cũ, gần cầu cá vồ nhe mày. - Nói xong, Hải biến mất.

Cầu cá vồ là cầu tiêu công cộng cho cả xóm tôi, đã bỏ hoang từ nhiều năm nay. Đây là nơi giáp ranh giữa xóm nhà dưới cầu Cái Dầy và bờ ruộng khu kinh tế mới. Chỗ này là điểm hẹn lý tưởng của xóm tôi và xóm dưới ở khu kinh tế mới, vì vắng vẻ và tiện đường. Thường đến nơi hẹn xong, cả đám sẽ đi thả diều, bắt cá lia thia đồng, hay đi hái bình bát.

---

[1] Tôi tên Huỳnh nhưng đám bạn tôi hay gọi là Quỳnh vì dễ phát âm hơn.

Vào những ngày hè nóng nực, bọn tôi hay chui vào những tán cây bình bát rậm rạp bên ao cá, thoăn thoắt trèo lên cao tìm những trái chín cây ăn tại chỗ.

Trái bình bát cùng họ với mãng cầu nhưng khi chín trái mềm thơm, vỏ màu vàng rực, nhiều hột, vị ngọt thanh. Trái bình bát chín cây rất dễ rụng do cuống đã mục, chỉ cần một cơn gió nhẹ là rớt bịch bịch xuống đất.

Làm bài xong, tôi nhanh chân chạy ra cầu cá vồ. Vừa đến nơi, tôi nhận ra nhóm của tôi hôm nay hình như đông hơn, có đến năm đứa thay vì bốn đứa như mọi bữa.

Nhìn kỹ lại, thì ra có thêm một đứa con gái. Tôi hơi ngạc nhiên, vì nhóm tôi toàn con trai chuyên bắt cá trèo cây, giờ có thêm một đứa con gái, không biết nó sẽ làm gì. Điều khiến tôi ngạc nhiên hơn nữa là cô bé này có mái tóc vàng cháy, cắt ngắn cụt, y như đám con trai tụi tôi, chứ không như mấy đứa con gái trong xóm đều để tóc dài.

- Con này là Phương, em họ tao ở ngoài Bắc mới "dô" đây.

Anh Tư giới thiệu. Anh Tư là anh cả của hai xóm, thường dẫn cả đám đi bắt cá.

Phương gật đầu chào tôi. Anh Tư nói tiếp:

- Con Phương bơi giỏi lắm nên tao dắt nó theo.

Trong nhóm chỉ có tôi là chưa biết bơi, nghe anh Tư nói vậy, tôi liền thấy chột dạ. Chưa gì tôi đã thấy ghét con nhỏ này vì... nó biết bơi.

Cả bọn không nói gì thêm, nhắm hướng bờ ruộng phía xa thẳng tiến. Giữa những cánh đồng lúa trổ đòng đòng mênh mông, cò bay thẳng cánh, thỉnh thoảng có những ao nước tưới, dọc theo bờ ao, bình bát mọc thành những tán cây cao vút, đổ bóng xuống mặt nước trong vắt buổi trưa hè.

- Ối giời ơi, nhiều quả quá! - Giọng Phương nói như reo. Đó là lần đầu tiên tôi nghe giọng Bắc, vừa là lạ vừa không hiểu.

- Ý nó là cây này nhiều trái quá! - Anh Tư nhìn tôi nheo mắt giải thích.

Thỉnh thoảng, tôi nghe ba nói người miền Bắc tính không tốt, vì nhà tôi hay có mấy người nói giọng Bắc đến hoạnh họe hỏi hồi xưa ba tôi làm gì. Nhưng ba cũng dặn tôi là miền nào cũng có người tốt người xấu.

Cả đám bắt đầu chia ra tìm trái bình bát chín. Cây bình bát nhiều trái thật nhưng đa số còn xanh, chúng mọc chen chúc nhau như một khu rừng nhỏ bên ao nước, tán cây to, nhô ra che cả nửa bờ ao. Nhỏ Phương nhanh chóng trèo lên cây. Tôi thầm thán phục con nhỏ này, gì mà đã biết bơi còn trèo cây giỏi. Tôi cũng từ từ trèo lên nhánh bên kia.

- Ối, ối, mấy anh ơi!

Nhỏ Phương chợt la lên. Tôi không hiểu nó nói gì nhưng chắc là có chuyện không hay. Đang ở nhánh cây bên kia, tôi nhanh chóng chuyền qua nhánh Phương đang đứng.

Nhỏ Phương mặt tái xanh, tay chỉ chỉ vào một con sâu nái đang vươn gai, nằm sát bên cánh tay kia. Con nhỏ sợ quá, không dám động đậy. Sâu nái thường gặp ở cây bình bát, loại sâu này to cỡ ngón tay cái, có nhiều gai, chạm vào rất ngứa.

- Mày đứng yên. - Tôi la to.

Tôi luồn tay xuống nhánh có con sâu đang nằm, lần đến cuống lá bình bát rồi bẻ cái cụp, chiếc lá có con sâu to đùng úp vào tức thì rớt xuống ao.

- Cảm ơn cậu!

Phương nói lí nhí. Tôi lại chả hiểu con bé này nói cái gì, chỉ nghe được mỗi chữ "cảm ơn". Lần đầu tiên, tôi thấy giọng Bắc cũng không khó chịu lắm, nhất là câu cảm ơn thật lòng. Tôi đoán là Phương rất sợ sâu.

Anh Tư nhanh chóng leo lên hỏi:

- Mày sao vậy?

- Sâu nái thôi, em bẻ lá quăng nó rồi. - Tôi nói nhanh.

- Nó sợ sâu lắm. - Anh Tư nói rồi từ từ trèo qua cây khác.

Sau một hồi lùng sục trái bình bát chín, cả đám nhanh chóng tập hợp chiến lợi phẩm. Có bốn trái chín cây thơm lừng. Anh Tư bẻ ra, chia cho từng đứa. Tôi được cho nửa trái, đưa lên mũi hít thật sâu mùi thơm bình bát.

- Anh Tư này, sao mình không bẻ những trái ngoài xa?

Phương chợt lên tiếng, chỉ về phía những trái bình bát chín cây là là mặt nước.

Đó là những trái to nhất nhưng ở xa nhất, trèo đến nhánh cây thì cả trái lẫn cành đã chìm xuống nước, cho nên rất khó hái.

- Mày không trèo ra đó được, nhánh nhỏ quá sẽ dễ gãy, té xuống ao! Lát tao phải đi đá banh rồi ra chợ phụ nên không bơi được. - Anh Tư giải thích.

- Em không trèo, em có cách ra đó. - Phương đáp.

Thằng Hải và thằng Tám đều không muốn nhảy xuống bơi vì lát nữa còn đi thả diều. Tôi thì không muốn bơi vì... không biết bơi.

- Là sao? - Anh Tư hỏi.

- Em sẽ leo cành cao, rồi từ từ lần ra ngoài, chỉ có phần thân bị ướt thôi.

Nói xong, Phương lấy hai tay bám vào những nhánh cây trên, thân và chân ở dưới nước, rồi nó chầm chậm lần ra ngoài. Cả đám bốn thằng nhìn theo con nhỏ nhẹ và ốm đang leo cành từ từ đi ra xa. Bẻ những trái bình bát bự ngoài kia không chỉ là ước mơ của bọn tôi mà còn của cả người lớn. Những trái to như bắp đùi, chín căng mọng, thơm lừng nứt cả vỏ, nhìn từ xa đã thấy thèm nhưng không cách nào bẻ được. Có khi chúng tôi cáu quá, rung cây làm trái rụng xuống nước cho bõ tức.

Hôm nay, Phương đã sắp thực hiện được ước mơ của cả bọn. Con bé nhỏ người, lại biết bơi nên không sợ gãy cành. Thoáng cái, Phương đã lần theo nhánh ra tận ngoài xa.

Con nhỏ xoay người, cầm lấy trái bình bát quá khổ so với bàn tay nhỏ bé của nó. Phương vừa đụng vào, trái liền rời cành do cùi đã chín. Cầm trái bình bát trên một tay, tay kia vẫn bám cành như con khỉ, Phương lấy hết sức quăng vào bờ. Anh Tư chụp lấy trái bình bát chín, đưa lên cao như chiến lợi phẩm của cả nhóm.

Phương nhanh chóng trèo thêm vài nhánh khác, bẻ thêm ba trái thật to rồi quăng vào bờ. Đây là những trái bình bát to nhất tôi từng thấy, trái nào cũng bự cỡ bắp đùi tôi. Thấy cách bẻ này hay hay, tôi nói với cả nhóm:

- Để tao thử.

Tôi háo hức trèo lên cây, đu người trên nhánh cao, từ từ trườn ra ngoài như chú khỉ trong rạp xiếc.

Tôi để nửa thân và chân phía dưới ngập nước. Mùa hè, nước ao ruộng mát mẻ làm tôi càng hăng hái, nhắm đến trái chín vàng to ở tít xa. Trái này có lẽ là trái to nhất trên cây. Tôi thầm mong là vậy.

Tôi đã đến gần trái bình bát bự, thấy rõ lớp vỏ vàng căng cứng của trái nứt vài lần, một vài con kiến bò tới bò lui thưởng thức mật ngọt. Mùi bình bát pha lẫn mùi sình của nước ao làm tôi nức mũi.

Bỗng nhiên, tôi nghe một tiếng “rắccc...” rồi cả người nhẹ bẫng, tôi đang rơi tự do xuống nước.

“Bùmmm!”

Cành cây tôi đang đu vừa gãy gọn. Lúc đó tôi mới nhớ là mình không biết bơi. Tôi nhanh chóng cảm nhận vị mằn mặn của nước sình tràn vào miệng và mắt. Cả người tôi chìm nhanh xuống, mắt mờ đi vì nước đục.

Bỗng chân tôi chạm sình, hẳn là xuống tận đáy ao rồi, tôi đạp một cái thật mạnh, ngoi nhanh lên mặt nước. May là ao không quá sâu, chỉ hơi ngập đầu tôi.

Vừa nhô lên, tôi đã thấy Phương đứng bên bờ la to:

- Này, này, bám vào đây!

Phương quơ quơ một nhánh cây dài về phía tôi. Anh Tư cũng vừa cởi áo định nhảy xuống.

Tôi nhanh chóng chụp lấy nhánh cây của Phương, từ từ đi vào.

Lên đến bờ rồi, tôi mới kịp hoàn hồn, nhận ra mình vừa uống nước ao, trong miệng vẫn còn vị sình mằn mặn lờ lợ. Anh Tư nhìn tôi cười cười:

- Mày phải học bơi nghe!

Tôi nhìn Phương nói nhỏ:

- Cảm ơn mày...

Phương nhoẻn miệng cười.

Cả bọn nhanh chóng gom chiến lợi phẩm bình bát chín cây đem về. Anh Tư đi trước, rồi đến thằng Hải, thằng Tám, rồi Phương, còn tôi đi sau cùng.

Lúc ấy đã xế chiều, mặt trời đang dần lặn phía xa bờ ruộng lúa.

Nhìn từ phía sau, những tia nắng chiếu lên mái tóc vàng cháy của Phương thành từng mảng màu nhạt nắng. Tôi chợt nhớ lại khoảnh khắc chìm xuống nước khi những ánh mặt trời chói chang đột nhiên tan biến trong màu đục đen của nước sình. Thật may mắn là lúc này tôi vẫn còn có thể đứng đây, nhìn thấy những tia nắng chiều đẹp đẽ hơn bao giờ hết.

Tôi mỉm cười vu vơ, nhớ lại lời của anh Tư.

Tôi nhất định sẽ học bơi.

Có điện rồi

Chú Phong khom người xuống lấy thế, tay trái vịn vào thành máy nổ chỉnh tay ga, tay phải nhấn mạnh vào cây quay, từ từ lấy sức quay máy nhanh dần. Chiếc máy dầu diesel kéo điện ho khạch khạch vài tiếng, rồi như tỉnh giấc, nó giật giật vài cái, rung rung trên sàn nhà, nhả ra một đám khói đen thui, bốc mùi dầu nồng nặc, bắt đầu chạy nhanh dần. Chú Phong giữ ga cho máy chạy, từ từ đẩy cần về bên phải cho máy chạy nhanh hơn. Khi thấy máy chạy nhanh êm rồi, chú đi về phía mô-tơ đang quay, đẩy cầu dao công tắc chính lên.

Khu vực xung quanh nhà chú Phong, lúc nãy còn lờ mờ ánh đèn măng sông màu vàng, giờ bừng sáng ánh đèn neon trắng tinh. Tôi phải dụi mắt vì sáng quá. Mọi thứ bỗng chốc rõ như ban ngày. Cả người chú Phong mồ hôi nhễ nhại, trên mặt chú còn dính chút dầu máy. Thằng Hải và bé Hai mặt mày ngơ ngác nhìn tôi rồi nhìn chung quanh. Chú nhìn cả đám tụi tôi mỉm cười, khoe hàm răng vàng cháy khói thuốc lá. Vợ chú đứng ở góc nhà gật gật đầu hài lòng nói:

- Có điện rồi!

Ấp Cái Dầy trước khi vợ chồng chú Phong đến ở thì chưa có điện. Nhà tôi chỉ có đèn neon từ cái bình ắc quy nhỏ xíu, đèn măng sông, và đèn dầu. Đèn bình ắc quy thì xài trong lúc ăn tối, sau đó ba tôi tắt để tiết kiệm điện, vì một tuần mới sạc bình một lần dưới chợ Bạc Liêu. Đèn măng sông để phòng khách đốt vài tiếng buổi tối rồi tắt. Chỉ còn cây đèn dầu leo lét phía nhà bếp và phòng vệ sinh là cháy cả đêm.

Chú Phong làm nghề ấp trứng vịt ở mé sông, dưới gầm cầu Cái Dầy. Vợ chồng chú tận dụng chỗ rộng rãi dưới cầu làm lò nuôi ấp vịt con. Mỗi ngày, hàng trăm chú vịt con kêu chíp chíp, bò ra từ hàng chục "lò" nia chứa đầy trấu xếp chồng lên nhau. Tôi nghe chú Phong nói là phải mở đèn liên tục thì lò mới nóng, trứng mới mau nở. Vì vậy, hai vợ chồng chú Phong mua thêm cái máy chạy dầu diesel để kéo đèn điện nóng, thay cho đèn măng sông.

Tôi nghe ba tôi nói chú Phong sẽ kéo điện luôn cho cả xóm, vì xóm chúng tôi chỉ có vài dãy nhà. Suốt mấy hôm chú Phong và mấy người lớn trong xóm đã đóng cột điện, căng kéo dây điện từ lò ấp vịt về từng nhà. Tối nay cả đám trẻ con tụi tôi cùng đến chỗ lò ấp vịt để coi chú kéo máy.

Lúc đèn sáng lên, cả đám ngơ ngác nhìn xung quanh lò ấp, rồi chạy vội về để coi điện nhà mình thế nào. Từ xa tôi đã thấy khoảng sân trống phía trước nhà có ánh sáng trắng hắt ra. Cây đèn neon ở phòng khách sáng trưng. Ba tôi gắn thêm hai cây đèn neon ở chỗ bếp và nhà sau làm cả căn nhà bừng sáng. Má tôi cười tủm tỉm đi tới đi lui, lấy sổ sách bán ban ngày ra ghi ghi chép chép. Ba tôi ngồi mép bàn uống trà cầm sách đọc. Chị tôi chốc chốc lại ngó lên cây đèn, để chắc là nó không bị tắt nửa chừng như khi xài bình ắc quy nhỏ xíu lúc sắp hết điện.

Chú Phong chạy máy điện từ lúc trời mờ tối, tầm 6 giờ, cho đến hơn 8 giờ thì tắt máy, vì tốn nhiều tiền dầu quá. Tôi nghe ba nói cả xóm cùng góp lại, phụ chú Phong tiền dầu để chạy máy.

- Ba ơi, sao mình không nói chú Phong để điện cả đêm?

Tôi hỏi.

- Không được con à, muốn có điện cả đêm thì phải có điện từ nhà nước.

Ba tôi chậm rãi trả lời.

Ba nhắc đến "nhà nước" vài lần, tôi hiểu đại khái những chuyện lớn thì hẳn là do nhà nước quyết định.

- Ở mấy chỗ khác có điện không ba?

Tôi hỏi ba, vừa nhìn cây đèn neon, rồi nhìn ra xa.

- Hồi xưa ba ở Sài Gòn thì lúc nào cũng có điện.

Tôi nghe ba kể nhiều về Sài Gòn, về quê nội, nơi có đèn điện chiếu sáng cả đêm. Nhìn ba cây đèn neon đang cháy làm bừng sáng cả nhà, tôi đoán Sài Gòn chắc phải đẹp lắm.

- Sao chỗ mình không có điện hả ba? - Tôi hỏi tiếp.

- Vì mình ở quê, xa thành phố nên không có điện.

Ba tôi đáp, vẻ mặt trầm ngâm.

Nhờ có điện chú Phong, mặc dù chỉ vài tiếng mỗi đêm, xóm tôi thay đổi hẳn. Tụi tôi bắt đầu tụ họp ban đêm, dưới gốc cây dừa ven sông, ngay phía trước lò ấp vịt. Ánh đèn neon le lói dưới tán dừa dọc bờ sông, hắt thành những vệt sáng lung linh trên nước. Thỉnh thoảng, có chiếc xuồng chèo trên sông Cái Dầy, mái chèo đập xuống nước làm mặt sông sóng động lấp lánh.

Buổi tối, chơi trò trốn tìm đếm "năm, mười, mười lăm..." dưới ánh đèn neon càng khó kiếm. Vì tuy ánh sáng có len lỏi vào hàng dừa và bụi chuối, nhưng vẫn có những nơi tối mịt. Có lần, tôi trốn dưới gốc cây dừa, kế bên chỗ thằng Hải úp mặt vào đếm. Vậy mà nó không thấy, chạy đi chỗ khác kiếm. Tôi chỉ việc chạy ra khỏi gốc dừa, sau đó đập tay vào cây hú nó chọc quê.

Cả xóm vui được vài tuần thì điện bị cúp. Tối hôm đó, chú Phong vẫn quay máy diesel như thường lệ, nhưng máy chạy được vài phút thì kêu khặc khặc như bị nghẽn cổ, rồi tắt luôn. Chú ráng quay thêm mấy lần nhưng cái máy xụi lơ, không giật giật xịt khói như những lần trước. Chú Phong loay hoay, bật đèn măng sông để sửa nhưng vẫn không chạy lại được. Tối đó, cả xóm không có điện.

Cả nhà tôi đã quen có điện, ai nấy đều khó chịu. Má tôi giờ đã quen tính sổ sách buổi tối. Chị tôi và em tôi cũng quen có điện để học bài. Tôi ngồi bó gối nhìn ánh đèn măng sông màu vàng chiếu lù mù, nhớ lại ánh sáng huy hoàng mấy hôm trước.

Ba tôi nghĩ ra cách khác là tìm mua bình điện lớn, loại để chạy xe đò, vì giờ nhà tôi đã có ba cây đèn neon, không thể dựa vào cái bình ắc quy nhỏ xíu. Mấy hôm sau, má tôi nhờ người quen mua bình ắc quy xe đò đem về. Ba cây đèn neon bừng sáng trở lại. Chúng tôi lại có đèn điện trong lúc chờ chú Phong đem máy đi sửa ở chợ. Nghe nói họ sửa có khi một tháng mới xong.

Bình ắc quy ba má tôi mới mua là loại to nặng, phải mang lên tận Sóc Trăng để sạc. Sáng thứ Hai, ba tôi cùng chú Sáu trong xóm khệ nệ khiêng cái bình dài to ra đầu cầu, chờ xe quen của bà Sủn từ Bạc Liêu lên Sóc Trăng. Tôi chạy lon ton theo ba và chú Sáu lên dốc cầu. Đường quốc lộ vắng teo buổi sáng sớm. Thường chỉ có vài chuyến xe từ Bạc Liêu lên giờ này, trong đó có xe bà Sủn, là người quen của má tôi.

Chiếc xe xuất hiện từ xa, đèn pha chiếu sáng, chạy chậm dần khi đến gần dốc. Ba tôi quơ quơ tay, sau đó chỉ chỉ vào cái bình điện to đùng dưới đất ra hiệu. Xe vừa lên đầu cầu Cái Dầy thì dừng lại, anh lơ xe nhảy xuống, cùng ba tôi và chú Sáu quăng cái bình ắc quy to đùng lên cửa xe phía trước. Xong xuôi, anh vỗ vỗ vào thành ra hiệu cho xe chạy, rồi nhanh nhẹn đeo theo xe. Chiều hôm sau có chiếc xe khách khác từ Sóc Trăng xuống, chở bình ắc quy bỏ ở phía dốc cầu. Ba tôi và chú Sáu ra khiêng bình về nhà.

Cứ thế, nhà tôi tiếp tục dùng điện từ bình ắc quy xe đò. Nhà chú Sáu cũng mua thêm bình để xài trong lúc chờ điện chú Phong. Cả đám tụi tôi giờ tụ tập trước sân nhà tôi chơi vì có điện từ nhà hắt ra. Nhưng cũng sợ vì ba tôi hay la, nên thỉnh thoảng mới dám tụ họp.

Gần một tháng sau, chú Phong đã sửa máy xong. Cả xóm có điện trở lại. Lần này, chú mua thêm máy diesel mới mạnh hơn, lại có mô tơ điện và bộ sạc loại tốt, có thể kéo điện từ máy dầu diesel để sạc ngược vào bình ắc quy xe đò. Thế là nhà tôi thay vì đem bình lên Sóc Trăng, thì sạc ở ngay lò ấp vịt của chú.

Cả xóm lúc này đều đã mua bình ắc quy, vì chú Phong chỉ kéo điện mỗi ngày hai tiếng. Ai ai cũng muốn xài thêm điện sau 8 giờ. Nhà tôi xài điện đến tận 10 giờ tối, nên tôi bắt đầu biếng học ban ngày, chỉ tranh thủ học buổi đêm.

Trong xóm đã có nhà mua thêm máy radio cassette, có nhạc xập xình mỗi tối khi tôi đi ngang qua. Tôi được nghe Thanh Tuyền ca bài *Con đường xưa em đi* lần đầu tiên là nhờ có cái bình điện ắc quy sạc ở lò ấp vịt. Con đường ra vào xóm dưới chân cầu Cái Dầy trở nên đông đúc hơn. Xóm dưới hay lên xóm tôi chơi vì có điện và đèn. Tôi còn nghe ba má nói tính mở quán cà phê.

Giữa lúc ồn ào vui vẻ đó, tôi nghe thằng Hải báo tin bà nội chị Tư ở xóm dưới vừa mất. Tôi ít gặp chị Tư vì chị không trốn đi chơi với chúng tôi thường xuyên. Nhưng thằng Hải hay ghé nhà chị bẻ ổi cho tôi ăn, nên tôi có thiện cảm với chị, mặc dù tôi ít khi gặp.

Tôi nhớ lại hôm ngoại tôi mất. Lần đầu tiên, tôi hiểu cảm giác đau buồn khi người thân ra đi đột ngột. Sáng tinh mơ hôm đó, nhà tôi có người quen chạy xe từ Bạc Liêu đập cửa báo tin bà ngoại tôi mất. Má tôi vừa nghe đã té xỉu rồi khóc òa lên. Cả nhà lật đật lên xe lôi chạy xuống Bạc Liêu. Lúc tôi xuống đến nơi, ngoại tôi nhắm mắt như đang nằm ngủ trên giường. Bên cạnh ngoại có nải chuối sống và nhang nghi ngút khói. Ba ngày kế tiếp, cả nhà tôi và bà con buồn rầu ngồi bên linh cữu ngoại.

Hôm đưa tang ngoại ra nghĩa trang, tôi ngồi trên xe đò phía sau xe tang ôm hình ngoại. Lúc đó trời mưa tầm tã, chiếc xe tang bị lún sình, không đi vào đến cổng Nhị Tỳ nghĩa trang được, cả gia đình và đội mai táng phải khiêng hòm ngoại tôi đi trong mưa để vào chỗ chôn. Tôi ôm hình ngoại đi theo, hai chân bị lún kẹt sâu gần đến gối trong đám sình bùn. Mưa càng to hơn, nước mưa và nước sình bắn lên bám chặt vào, khiến bộ đồ tang màu trắng của má tôi chuyển thành vàng úa.

Nhớ lại cảm giác đau buồn khi mất ngoại nên tôi chắc chị Tư cũng buồn như tôi.

Nhà chị Tư ở xóm dưới chưa có điện. Chú Phong và mấy người trong xóm đóng mấy cây cột điện, rồi căng kéo dây điện từ lò ấp vịt vào.

Có điện, đám tang nhà chị Tư bớt đi phần nào u ám. Hai xóm quây quần lại chia buồn. Nhà chị Tư gắn thêm mấy cây đèn neon chỗ để linh cữu, cho mọi người đốt nhang cầu hồn người vừa khuất. Thỉnh thoảng, tiếng trống và tiếng chập chẻng lại vang lên lúc khuya, kèm theo tiếng kinh cầu râm ran.

Tối hôm đó, tôi về nhà nằm trằn trọc vì tiếng trống và kèn đám tang phá tan sự tĩnh lặng trong đêm. Tôi nhớ ngoại và nghĩ về đoạn kết của cuộc đời. Cứ lan man nghĩ mãi rồi nhanh chóng chìm vào giấc mơ, ở đó tôi gặp lại ngoại tôi.

Đến đêm thứ ba, là đêm cuối cùng của đám tang. Nhà chị Tư đông người hơn do có nhiều bà con từ Sài Gòn vừa xuống. Tiếng nhạc, tiếng kèn, tiếng chập chẻng và tiếng trống trầm càng làm không gian náo nhiệt. Nhà chị Tư gắn thêm đèn neon, kê thêm mấy băng ghế để đãi khách ăn uống. Tiếng ồn ào nói chuyện của khách đến viếng, tiếng rửa chén đĩa dưới bếp phá tan đi cái tĩnh mịch thường thấy ở xóm tôi. Và cả tiếng máy diesel của chú Phong từ lò ấp vịt chạy đều đều kéo điện suốt đêm. Đám con nít trong xóm dưới và xóm trên tụ tập đầy đủ, thỉnh thoảng vài đứa nhón chân dòm ngó vào sân xem đám tang có gì lạ không.

Giữa lúc mọi người đang ăn uống thì cúp điện. Tiếng máy diesel từ lò ấp vịt vẫn chạy đều đều, thậm chí còn nhanh hơn nhưng vẫn không có điện.

Mọi thứ xung quanh tôi chợt tối om. Ánh sáng leo lét từ ba chiếc đèn cầy cắm trên nắp quan tài bà nội chị Tư chợt kéo dài, lóe lên trong bóng đêm. Trên chiếc bàn thờ tạm phía trước quan tài, tim hai cái đèn dầu đang hiu hắt cháy đột nhiên bừng sáng như có ai đó vừa vặn thêm dây. Vài cây nhang đang cháy chợt đỏ bừng lên như nhả thêm khói thơm vào không gian u ám. Khoảng sân trước nhà chị Tư lúc này trở nên tối mịt, lạnh tanh xung quanh chiếc hòm. Gió từ sông Cái Dầy thổi vào, làm da tôi chợt nổi rờn rợn.

Cả nhà chị Tư lật đật đốt thêm đèn dầu và bật đèn măng sông. Một lát sau, ánh sáng đã tốt hơn nhưng mọi thứ vẫn còn lờ mờ. Chiếc hòm bà nội chị Tư giữa nhà nằm nổi bật lên trong ánh đèn vàng. Thực khách bắt đầu ăn uống trở lại, nhưng không ai dám nói chuyện lớn tiếng.

- Anh ơi, em sợ ma quá.

Có người phụ nữ ngồi gần tôi thì thầm với người bên cạnh, tôi nghĩ cô chú này chắc từ Sài Gòn xuống.

Một lúc sau chú Phong chạy tới, giải thích cho chủ nhà là cầu chì vừa bị cháy do phải kéo nhiều điện quá. Trong ánh tối lờ mờ từ cây đèn măng sông, tôi thấy mặt ba chị Tư buồn rười rượi nói với chú Phong:

- Tui tưởng là sẽ có cái đám ma có điện cho má tui ấm lòng lúc mất.

- Dạ để em ráng sửa coi có lại không. Anh Hai đừng lo. - Chú Phong động viên.

- Lúc má tui còn sống, bả bị bệnh nặng nằm trên giường, bả chỉ mong thấy được ánh sáng điện là vui lắm. Cả đời má tui ở xóm này có bao giờ thấy ánh điện đâu. Cám ơn chú đã chạy máy điện đám ma cho má tui mấy hôm nay. - Ba chị Tư nói sau vài giây trầm ngâm.

- Dạ. Anh Hai nhớ giữ sức khỏe. - Chú Phong nói xong tất tả quay đi về lò ấp vịt của mình.

Đám tang bà nội chị Tư tiếp tục trong không gian tịch mịch, lờ mờ của đèn dầu và đèn măng sông.

Chợt tôi thấy chú Phong quay trở lại, đi vội vào sân nhà nói nhỏ gì với ba chị Tư. Nói xong, nhìn thấy tôi đứng ở một góc đám tang, chú ngoắc tay:

- Đi theo chú.

Tôi chưa biết chú Phong kêu tôi đi đâu, nhưng tôi cũng vội ra ngoài theo lời chú. Thì ra chú đi về hướng nhà tôi, tìm ba tôi.

Lúc đó nhà tôi đang bật đèn neon từ bình ắc quy xe. Má tôi đang ngồi may lại cái áo. Chị tôi đang đọc truyện. Điện kéo từ máy diesel của chú Phong đã bị cúp. Chú Phong gõ cửa, rồi nhanh chóng đi vào nhà, nói gì với ba tôi không rõ, nhưng tôi thấy ba tôi gật gật đầu. Nói chuyện với chú Phong xong, ba nói gì đó với má . Rồi ba tôi vội đi bật đèn măng sông và đèn dầu. Sau đó, ba tháo dây cắm từ đèn neon của nhà ra khỏi bình ắc quy.

Tôi đoán là ba tôi cho chú Phong mượn bình ắc quy để đem đến đám tang bà nội chị Tư. Ba và chú khệ nệ khiêng bình ra khỏi nhà. Tôi chạy vội theo ba và chú Phong đến đám tang. Để bình ắc quy của nhà tôi ở đó, chú Phong đến nhà chú Sáu và mấy nhà khác trong xóm mượn thêm bình để chạy điện cho đám tang.

Trên khoảng sân rộng, chú Phong kéo cây đèn măng sông ra để giữa. Chú sắp đặt mấy chiếc bình ắc quy vừa mượn được gần liền nhau, rồi lấy dây điện câu từ bình ắc quy này qua bình ắc quy kia, tạo ra một hệ thống điện nho nhỏ. Ánh đèn vàng mờ mờ nhưng cũng đủ thấy mồ hôi chú đổ ra nhễ nhại trên mặt. Vợ chú Phong lăng xăng chạy tới chạy lui lấy thêm dây cột và dây kéo. Tôi đoán là chú Phong tháo dây điện kéo từ lò ấp chuyển qua hệ thống dây điện bình ắc quy chú mới làm. Cả đám người lớn và trẻ em bu xung quanh xem chú gắn dây.

Sau một hồi gắn dây và nối bình, chú Phong đứng lên, thở phào:

- Được rồi.

Chú lấy sợi dây điện chính kéo từ trong nhà nối với cây kẹp màu đỏ, kẹp vào cột bình ắc quy. Dãy đèn neon trong sân chợt bừng sáng, xóa đi không khí âm u.

Tôi đưa hai tay lên, dụi dụi mắt vì ánh sáng chói. Ánh sáng đèn vàng từ ba cây nến trên nắp quan tài trở lại le lói như trước. Tim hai cây đèn dầu ở bàn thờ đầu quan tài bớt cháy lại, như có người vừa vặn xuống. Khói từ mấy cây nhang đang cháy dường như loãng ra. Những vòng khói xoắn đặc từ từ tan biến trong ánh đèn neon sáng trắng.

Tôi nhìn xung quanh, thấy mọi người trong đám tang nhìn nhau cười nói vui vẻ. Đám con nít xóm trên và xóm dưới lại tụ tập nói cười. Kế bên quan tài màu vàng, ba chị Tư mặc đồ tang trắng, đầu đội mũ gai chít khăn, tóc bờm xờm, mắt đỏ ngầu vì khóc. Thấy ánh đèn điện sáng trở lại, ông vỗ vỗ nhẹ vào quan tài nói nhỏ:

- Có điện rồi má...

Đi Sài Gòn

Mới năm giờ sáng mà tôi đã nghe tiếng lục đục phía sau bếp. Cô Hai và ba tôi đang xầm xì nói chuyện.

Hôm nay tôi được cô Hai dẫn đi Sài Gòn.

Sài Gòn trong tâm tưởng của tôi là một nơi xa lắm. Tôi nghe nói đi xe đò từ Bạc Liêu phải mất một ngày mới đến nơi. Nghe cô Hai kể Sài Gòn có nhiều đèn, sáng lấp lánh cả đêm, đường phố rộng thênh thang, xe cộ nhiều như mắc cửi, đồ ăn ngon bày bán khắp vỉa hè. Mỗi ngày, chỉ việc thả bộ ra đầu hẻm là có thể mua hàng chục món ăn ngon, từ mì xào giòn, mãng cầu, vú sữa, kẹo kéo, đến bánh da lợn, bánh bông lan, hay bánh kẹp...

Cô Hai còn kể tôi nghe Sài Gòn có sở thú bự lắm, có con voi hay cuộn cái vòi dài lại ăn mía, có con sư tử gầm gừ nhe hàm răng vàng khè khi khách đến gần, có con cá hải tượng dài còn hơn chiều cao của tôi...

Nhà tôi gần một con sông ở Cái Dầy, trong một xã nhỏ nằm dọc quốc lộ 1, trên đường đến Bạc Liêu. Điện đóm ở xã tôi chỉ phát vài giờ mỗi ngày từ những chiếc bình ắc quy. Đến chiều tối là cả xã chìm trong bóng đêm.

Thỉnh thoảng, có tiếng xe đò vọng vào từ quốc lộ 1. Xe giảm dần tốc độ khi sắp lên cầu, chiếu hai ngọn đèn vàng vọt lên trời khi leo dốc, từ từ bò qua cầu, rồi rồ ga khi xuống dốc. Vệt đèn chiếu loang loáng trên mặt đường tối om, rồi từ từ biến mất vào màn đêm, trả lại cái tĩnh mịch dày đặc ở vùng quê này.

Cô Hai kiểm tra hành lí lần cuối rồi hỏi tôi xong chưa. Tôi thì đã xong từ tối hôm trước. Cả đêm tôi háo hức trằn trọc không ngủ được, tò mò không biết Sài Gòn nhìn ra sao.

Năm giờ rưỡi sáng, trời còn lờ mờ thì "xe vua" đã đến. Xe vua là xe đạp vùng quê có kéo theo cái thùng phía sau để làm thêm hai chỗ ngồi. Tạm biệt cả nhà và chất hành lí lên xe, hai cô cháu co giò ngồi lên băng sau. Chú đạp xe rướn người đạp hướng ra con đường quốc lộ, đi về bến xe liên tỉnh.

Đi Sài Gòn

Sáng sớm, từng hạt sương vẫn còn bám trên vè xe bằng nhôm. Con đường quốc lộ nhỏ đen hun hút, hai bên đường toàn cây và ruộng lúa vẫn còn mang màu xanh xám buổi sớm. Chiếc xe vua lọc cọc đi trên đường. Thỉnh thoảng vài chiếc xe đò chạy ngược hướng xả làn khói đen dày đặc, khiến hai cô cháu phải đưa tay che miệng.

Gần 6 giờ, hai cô cháu vào đến bến xe Bạc Liêu. Từ xa, tôi nghe tiếng gọi í ới của các bà chủ hàng gửi đồ theo xe, tiếng đập thùng của anh lơ khi có chiếc xe xuất bến. Mùi bánh mì nóng phảng phất hòa lẫn mùi bánh bao thơm phức làm tôi hít hà. Tiếng rao bán hàng mía ghim, kẹo đậu phộng rang, bánh mì... ồn ã theo từng đợt khách ra vào bến.

Bước xuống "xe vua" và lấy xong hành lí, cô Hai nắm tay tôi len lỏi chen chân vào quầy mua vé. Sau khi hỏi kỹ số và tên xe, hai cô cháu cũng tìm được chiếc xe đò liên tỉnh. Lúc này đa số xe đi Sài Gòn là xe liên tỉnh, có hai ghế bên cửa và ba ghế ngồi bên tài xế. Hai cô cháu may mắn được ngồi vào băng ghế chỗ ngay sau cửa lên xe phía trước. Tôi muốn để hành lí lên phía trên đầu, nhưng cô tôi đặt dưới chân để giữ cho "chắc ăn", vì cô sợ bị móc túi lấy đồ.

Ngồi một lúc, tôi bắt đầu thấy ngán ngẩm vì mùi dầu xanh, dầu cù là, và mùi mồ hôi ngột ngạt khi xe có thêm nhiều khách. Tôi ngồi ở sát cửa, thò hẳn đầu ra ngoài cho bớt mệt và đỡ buồn nôn. Chiếc xe đò vẫn chưa chạy, đang lên thêm hàng hóa chất chồng trên mui. Mấy anh lơ xe leo trèo như những nghệ sĩ xiếc. Một anh đang đu bên cửa xe, một tay nắm vào thanh vịn, tay kia kéo từng bịch đồ do anh lơ khác đứng dưới đất đưa lên. Trên thùng xe đò còn có thêm một anh lơ khác hỗ trợ. Một anh lơ dựng đứng chiếc xe Honda 67, áp sát vào thành xe. Anh trên cùng lấy dây thừng thả xuống, buộc ngang tay lái chiếc Honda. Anh lơ đứng giữa hạ người, đu tay giữ vịn cho chiếc Honda khỏi đổ. Cứ thế, anh lơ phía dưới đẩy chiếc Honda lên theo thành xe, anh ở giữa giữ lại, và anh trên cùng kéo nguyên chiếc xe lên mui xe đò.

Thêm một lúc nữa thì xe cũng gần đầy khách. Lối đi ở giữa có thêm các thùng hàng, khiến việc đi lại trong xe càng khó khăn. Tôi tự hỏi nếu mình mắc tiểu thì không biết sẽ phải đi bằng cách nào.

Đợi thêm một lát thì chú tài xế xuất hiện. Chú người tầm thước, da hơi ngăm, một tay cầm điếu thuốc hút dở, tay kia cầm ly cà phê đen đá xoay xoay, từ từ bước ra khỏi quán cà phê gần đó. Bà chủ xe lật đật đứng lên theo sau. Dáng người bà phốp pháp, mặc đồ bộ màu trắng kem, tay đeo vòng vàng và dây chuyền lỉnh kỉnh. Trên tay bà là cọc tiền giấy và cùi vé xe đã xé.

Tôi hồi hộp, co người ngồi sát bên cửa, ngoái nhìn lại Bạc Liêu trước khi xe chuyển bánh. Chú tài xế đưa chìa khóa đề máy. Chiếc xe rung rung. Máy chạy làm không khí trong xe nhanh chóng nóng lên. Chú rít thêm một hơi thuốc thật sâu, một tay thò ra ngoài cửa gạt tàn thuốc, tay kia vô số cho xe chầm chậm lăn bánh.

Chạy được một đoạn ngắn ra khỏi cổng bến xe, thì anh lơ phanh ngực áo chạy theo. Anh chạy rất nhanh. Một tay anh chụp vào tay vịn, chân trái nhảy vào bậc cửa, thoáng cái đã đu người vào bên trong nhẹ nhàng như một chú khỉ.

Xe chạy một đoạn, tôi thấy mát mẻ hơn vì gió lùa vào hai bên cửa. Tôi muốn đưa đầu ra đón gió nhưng sợ bị lọt ra ngoài vì xe chạy quá nhanh. Một lát sau, xe đã đến cầu Cái Dầy. Nhìn qua bên trái, tôi thấy mái lá nhà mình nằm thấp thoáng trong nắng sớm, lọt thỏm giữa những hàng dừa xanh và cây xoài to đùng.

Xe tiếp tục chạy một đoạn rồi dừng lại đón khách, đến Phú Lộc thì nghỉ nửa tiếng để bơm nước và lên hàng. Tới ngã ba Sóc Trăng lại dừng tiếp để trả khách. Cảnh miền Tây nhìn ở đâu cũng giống nhau. Hai bên ruộng lúa bạt ngàn, những dãy nhà lá thấp thoáng trong vườn mướp, chòm dừa. Miền Tây có rất nhiều chợ họp ven cầu, ngay sát đường quốc lộ.

Qua khỏi Sóc Trăng, xe tăng tốc cho kịp phà, tôi nghe loáng thoáng hôm nay phà Cần Thơ bị kẹt, nên xe phải chạy nhanh lấy tuyến.

Đến Phụng Hiệp, xe chạy chậm và dừng hẳn để xuống khách. Tôi nhìn xuống thấy khu chợ đông đúc, người dân ngồi tràn ra cả lề đường để bày đồ. Một bà ngồi chồm hổm thấy tôi nhìn xuống, chỉ chỉ vào mấy con cá lóc đen thui mập tròn, ý hỏi tôi có muốn mua không...

Hơn 10 giờ sáng, xe bắt đầu vào thành phố Cần Thơ. Ba tôi hay kể về Cần Thơ, còn gọi là Tây Đô, vì nhà tôi có người bà con ở đây. Cần Thơ nhà cửa san sát, xe cộ đông đúc, nhưng tôi nghe kể Sài Gòn còn đông hơn. Vừa qua đoạn trung tâm thành phố là kẹt xe do chờ phà Cần Thơ.

Tôi bắt đầu đói bụng. Cô Hai lấy bánh mì làm sẵn ở nhà cho tôi ăn. Cô nói không nên ăn đồ dọc đường vì sợ đau bụng. Mãi về sau tôi mới biết ăn hàng dọc đường miền Tây rất ngon.

Chạy thêm một đoạn thì xe tắt máy đợi phà. Bà con có người xuống xe, có người ngồi ngáp dài chờ. Tôi nói muốn đi tiểu. Cô Hai nhìn xung quanh, rồi chỉ một bụi cây phía xa xa nói tôi nên đi tiểu chỗ đó. Lúc đó đường chờ vào phà Hậu Giang khá vắng vẻ. Hai bên đường vẫn là những khoảng đất rộng, lưa thưa vài nhà máy. Tôi nhìn trước ngó sau rồi leo xuống. Nhìn xa xa, thấy bụi chuối phía kia càng vắng hơn, tôi nhanh chóng chạy vào trút nỗi niềm.

Xong xuôi, tôi nhanh chóng chạy ra thì hỡi ôi, chiếc xe đò màu xanh nhạt của tôi đã chạy đâu mất tiêu. Tôi nhớ lại biển số xe 51C nhưng không nhớ hai số cuối. Nhìn dãy xe xa lạ không có xe mình, không có cô Hai của tôi, tôi sợ muốn khóc.

Nhìn xung quanh, có mấy người cũng đang ngơ ngác như tôi. Và hình như họ đang đi về phía trước. Tôi chưa bao giờ đi phà nhưng tôi đoán là xe đang đi về phía ấy nên co giò chạy theo, gió sông Hậu lồng lộng mùi phù sa thổi vào mặt tôi man mát.

Bên kia đường, từng dòng xe đông đúc vừa qua phà rú ga chạy chiều ngược lại. Tôi nhớ xe đò của tôi có chiếc Honda 67 nằm trên mui, có anh lơ xe phanh áo ngực, có bà chủ mặc đồ màu trắng kem. Nhưng nhìn hoài phía đó, tôi thấy hầu như xe nào cũng có chiếc Honda trên mui, anh lơ nào cũng phanh nút áo, và bà chủ xe nào cũng... mặc đồ bộ màu trắng kem.

Tôi hớt hải chạy lên trên thêm một đoạn nữa, sắp hụt hơi thì thấy cô Hai đang thò đầu ra từ một chiếc xe đò màu vàng ngoái tìm tôi. Thì ra buổi sáng sớm tôi nhìn không rõ màu sơn, cứ tưởng xe tôi đi màu xanh lá cây, nhưng thật ra nó màu vàng lá lúa.

Tôi mừng muốn khóc.

Hít thêm chút hơi lấy sức, tôi chạy vội đến bên chiếc xe đang đậu, nắm tay vịn nhảy tọt lên ghế, tim vẫn còn đập thình thịch, hơi thở hổn hển vì vừa bị lạc. Tôi nghe anh lơ nói hôm nay có thêm phà lớn nên xe không kẹt nhiều.

Vừa ngồi chưa nóng đít thì anh lơ kêu mọi người chuẩn bị xuống xe qua phà. Tôi tiu nghỉu nhìn cô thu xếp hành lí, lỉnh kỉnh vác đồ xuống. Tôi đi theo, phụ khiêng một cái túi nặng, đầu cứ ngoái nhìn chiếc xe lần nữa để không bị lạc. Để chắc ăn, tôi cố nhớ rõ từng dòng chữ "Sài Gòn", bảng hiệu "DeSoTo", bảng số 51C-05-77 phía trước xe.

Dòng người lục đục xuống phà Cần Thơ, đi theo một lối đi riêng dọc theo dòng xe đang chậm chậm lên phà. Mùi dầu xe, mùi nem chua, bánh tráng sữa thoang thoảng trong gió sông Hậu thổi vào làm tôi thấy dễ chịu, quên mất mình xém chút là lạc phà.

Ra đến cầu phà, dốc xuống thấp do sông Hậu mùa này nước ròng, dòng nước đục ngầu, chảy xoáy từng cơn đập sóng tung tóe vào bờ. Tôi đứng lại vài giây, để gió tràn vào lồng ngực, cảm nhận sự lớn lao của dòng sông Cửu Long, mắt hướng về bờ Vĩnh Long bên kia nhỏ xíu khuất tầm nhìn. Xa xa trên sông, vài chiếc phà ngược xuôi chở khách, nổi bật trên nền trời xanh thẳm.

Phà Hậu Giang là phà lớn nhất trong các phà ở miền Tây, có thể chở hàng chục chiếc xe đò mỗi lượt. Tôi bước theo cô Hai lên phà, ngước mắt nhìn cabin tít trên cao, chắc có ông thuyền trưởng uy quyền đang ngồi điều khiển cỗ máy khổng lồ này. Cô Hai dắt tay tôi leo lên tầng một, ngồi chờ ở một bên thành phà. Vừa lên, tôi đã thấy nhiều hành khách ngồi trên băng ghế bằng sắt. Tiếng rao bán mía ghim, trứng cút, trứng gà luộc trộn trấu, cháo lòng... lanh lảnh, lẫn trong tiếng ồn rung rung của máy phà khi tôi bước sâu vào trong, tôi nghe một mùi xăng dầu hòa lẫn mùi mồ hôi trong không khí hầm hập vây bủa lấy mình.

Một cô bé cao bằng tôi, đầu đội thúng trấu rao bán trứng gà luộc. Cô đang vào trong phà bỗng dừng lại, chớp mắt nhìn tôi. Bộ đồ cô mặc đã sờn màu, da cô bé ngăm ngăm đen, đôi môi hơi khô, dáng người cao ốm, duy nhất có cặp mắt sáng của cô nhìn thẳng vào tôi.

Tôi vẫn còn đang bỡ ngỡ về chiếc phà quá to, nhìn xe từng chiếc từng chiếc lên phà, và tự hỏi làm sao phà to thế này lại lái hay quay đầu được. Nhưng chỉ trong khoảnh khắc, tôi chuyển sang thắc mắc: "Vì sao có cô bé cỡ tuổi như mình phải đi bán trứng gà luộc?" Câu hỏi đó theo đuổi tôi mãi về sau, trên những chuyến phà miền Tây, khi nhìn thấy những em bé bán hàng rong.

Phà cập bến sau hơn gần một tiếng chạy trên sông. Nước đang ròng, dòng chảy xiết nên phà phải chạy theo hướng xiên xiên lên thượng nguồn thay vì băng thẳng qua bờ Vĩnh Long. Chú bảo vệ phà nhảy xuống trước, lấy dây cáp từ phà tròng vào chỗ móc. Tôi háo hức đợi tiếng ầm ầm của cần phà hạ xuống sàn bê tông của phao báo hiệu phà cập bến.

Như ong vỡ tổ, hàng trăm người và xe máy nhanh chóng tỏa lên cầu phà. Tôi và cô Hai vội đi xuống cầu thang hòa theo dòng người. Trong lúc đó, tôi không quên ngoái nhìn chiếc xe sọc xanh vàng lá lúa, đọc biển số lần nữa, nhìn kỹ bà chủ để chắc là không lên lộn xe.

Đi thêm một đoạn, tôi thấy chiếc xe mình đã đi bỗng rồ ga xịt khói, nhanh chóng chạy rầm rầm lên cầu phà, bỏ qua chúng tôi. Đám người đi bộ vẫn đi nhanh, nhưng không bằng xe đò. Tôi lo lắng bị lạc mất xe lần nữa. Một lát sau, thấy xe đang đậu chờ mọi người, tôi mới thở phào nhẹ nhõm, càng cố bước nhanh. Hóa ra xe sau khi lên phà sẽ đậu lại đợi đủ khách rồi mới chạy tiếp.

Qua phà Cần Thơ, xe chạy dọc theo con đường quốc lộ của Vĩnh Long. Tôi bắt đầu thấy sông nước ở mọi nơi. Hai bên đường toàn sông và sông, xen lẫn vài cụm dừa nước. Gió mát từ bờ sông thổi vào làm tôi thiu thiu ngủ, mơ về một Sài Gòn hoa lệ ban đêm.

- Nem Ông Mập đâyyyy... Nem Ông Mập đâyyyy...

Tiếng rao to làm tôi tỉnh giấc. Một ông dáng người mập mạp, mặc áo thun ba lỗ, quần cụt, mang dép lào, cả người quấn bằng hàng chục dây nem xanh lá cây và bọc bánh tráng sữa đã bước lên xe từ khi nào đang chào mời.

- Dạ kính thưa bà con cô bác anh chị em, bà con nào đã nghe danh bánh tráng sữa nem Ông Mập Vĩnh Long thì nhớ mua chút làm quà cho gia đình...

Lần đầu tiên, tôi thấy cách tiếp thị bán hàng vui và lạ lùng này, vì ông bán nem đúng là mập thật. Nói xong một câu là ông há miệng cười hà hà, làm bà con trên xe cũng cười theo.

Ông Mập đi từ đầu xe đến cuối xe. Tuy người mang một đống nem và bánh tráng sữa, ông vẫn nhanh nhẹn len lỏi qua đống đồ ở giữa xe. Ông dừng lại mỗi băng ghế, để một chùm nem và một bịch bánh tráng sữa cho mỗi người, dù người khách có hỏi mua hay không. Tôi vẫn còn đang ngơ ngác thì ông Mập đã bỏ vào lòng tôi và cô Hai hai dây nem và hai bịch bánh tráng sữa thơm nức. Tôi cầm lòng không được, đưa chùm nem lên mũi ngửi, cảm nhận mùi lá chuối tươi và thơm ngọt của nem vừa gói.

- Con ăn hông?

Cô tôi hỏi. Tôi gật gật đầu ngay. Cô Hai thò tay vào bụng lận dây lưng lấy túi tiền trả cho ông Mập.

Tôi nhanh chóng giựt sợi dây nilon đỏ để tháo miếng nem ra. Tôi ngạc nhiên khi mở hết lớp lá chuối lại là một lớp lá chuối khác còn dày hơn. Mở thêm hai lần thì cục nem to bằng cườm tay lúc này chỉ còn nhỏ bằng ngón chân cái. Tôi bóc lớp lá ra, lộ cục nem có màu hồng của thịt và bì, lót thêm vài lát ớt đỏ và miếng tỏi vàng trắng. Tôi đưa lên miệng cắn, thấy nước bọt đã trào ra từ khi nào, quyện lẫn vị ngọt ngọt, chua chua, bùi bùi của nem ông Mập.

Xe đi qua ngã ba Vĩnh Long một chút thì dừng lại do kẹt phà. Phà Mỹ Tho nhỏ hơn phà Cần Thơ nhưng lượng xe đổ về rất đông từ nhiều tỉnh miền Tây. Xe tắt máy hẳn, anh lơ đã nhảy xuống đường, ngồi vào quán nước nhâm nhi cà phê. Chú tài xế cũng tắt máy xuống xe, bật quẹt đốt lửa hút, rồi nằm ngửa vào chiếc ghế bố của quán cà phê. Bà chủ xe mặc áo kem trắng bỗng dưng xuất hiện dưới cửa, kéo chiếc ghế gỗ dưới gầm xe bật ra, ngồi dưới đất phẩy phẩy quạt. Các bà chủ hàng khác trên xe cũng lật đật xuống ngồi ven đường. Tôi ngạc nhiên không hiểu sao mọi người có thể dừng xe giữa đường và nghỉ một cách thoải mái. Nhìn một lát, tôi nhận ra do phà Mỹ Tho thường kẹt xe rất lâu, có khi đến một hay hai tiếng nên các bác tài, lơ xe, và chủ xe thường tranh thủ ngủ một giấc ven đường.

Đang nằm ngủ trên ghế bố khá lâu, bỗng dưng chú tài xế bật dậy, quăng vội điếu thuốc xuống đất, nhanh chóng leo lên xe. Bà chủ xe cũng mau mắn gấp chiếc ghế gỗ, nhảy theo lên. Các chủ hàng khác nhanh chóng chui vào xe như có một mệnh lệnh từ trên trời. Xe rú ga, chuyển bánh vừa đúng lúc chiếc xe tải phía trước chạy nhích lên. Anh lơ xe, như thường lệ, chạy lót tót phía sau, một tay anh cầm cục chèn gỗ để chèn vào bánh sau, phòng trường hợp xe bị kẹt ở đầu dốc cầu phía trước. Tất cả mọi thứ diễn ra trong khoảnh khắc trước ánh mắt ngỡ ngàng của tôi. Còn mọi người như đã quá quen với cảnh chạy xe kẹt phà, đều rất thản nhiên, nhanh nhẹn.

Vừa chạy được vài trăm mét thì xe dừng lại, tắt máy. Chú tài xế lại xuống xe, rít thuốc và nhìn xa xăm phía trước. Cứ thế, xe dừng, xe chạy... thêm vài lần nữa. Quá trưa thì đến phà Mỹ Thuận. Nhánh sông Tiền của dòng Cửu Long mùa này nước bắt đầu lên, thay vì con nước ròng ban trưa ở sông Hậu. Con đường vào phà Mỹ Thuận nhỏ hơn so với Cần Thơ, lại phải chia thêm lượng xe đổ về từ Sa Đéc nên càng chật ních xe hàng và xe đò.

Tôi bắt đầu cảm thấy không khí nhộn nhịp của phố thị khi xung quanh mình chỉ toàn xe và xe. Như lần trước, tôi và cô Hai lục đục xuống xe qua phà Mỹ Thuận. Chiều sông Tiền, lục bình trôi từng đám lững lờ, gió sông thổi lồng lộng, cảm giác như có luồng năng lượng của sông nước miền Tây thổi vào người mình, tưởng như phút chốc tôi đã lớn bổng...

Qua phà sông Tiền, tôi mệt quá, nằm dựa vào cô Hai ngủ thiếp đi. Đang ngủ thì xe đột nhiên thắng gấp, tôi giật mình tỉnh giấc. Anh lơ to tiếng chửi một chú xe vua chạy phía trước vừa tấp vào lề:

- Muốn chết hả mày?

Đường quốc lộ 1 đoạn này rất hẹp, tuy là có hai làn xe ngược chiều nhưng các xe thường phải lấn đường bên kia một chút để có chỗ khi qua mặt nhau. Đôi lúc có chiếc xe vua hay xe lôi chạy phía trước là hết đường. Tôi cũng nghe kể nhiều tai nạn đau thương trên quốc lộ 1 do giành đường và đường hẹp.

Đến chiều, xe vào thị trấn Tân An của tỉnh Long An. Phố xá Tân An nhộn nhịp, xe đạp, xe máy và cả người đi bộ đều chen lấn vào làn đường xe đò. Con đường từ Bạc Liêu lên Sài Gòn băng qua những khoảng ruộng lúa mênh mông, chạy dọc theo những con sông lượn lờ phù sa, đi xuyên qua nhiều phố thị nho nhỏ như Tân An, nơi có hàng chợ, tạp hóa bày bán và khu dân cư đông đúc hai bên đường.

Tôi chợt nghe cô Hai nói nhỏ: "Đến Tân An là sắp đến Sài Gòn rồi đó con." Tôi nhìn qua phía trái, nghe giọng cô đã thấm mệt so với buổi sáng sớm háo hức về Sài Gòn. Cô Hai tôi là chị cả trong gia đình đông con bên nội, nên cô lớn hơn ba tôi nhiều tuổi.

Xe vừa qua trung tâm thị trấn thì bắt đầu lên cầu Tân An. Lúc mới đi, tôi háo hức ngồi đếm xem mình đã qua bao nhiêu cái cầu, từ cầu Cái Dầy, Dần Xây, Phú Lộc, Phụng Hiệp, Nhu Gia... nhưng rồi mệt không đếm nổi vì quá nhiều. Thay vào đó, tôi chỉ nhớ tên những chiếc cầu đặc biệt như cầu Đầu Sấu (nhìn giống hình con cá sấu), cầu Cổ Cò (nhìn hoài không thấy con cò nào), cầu Cái Vồn Lớn, Cái Vồn Nhỏ, Cái Răng, Cái Bè, Trà Lọt (nghe tên đã sợ lọt cầu), Ông Me (mà không thấy cây me nào?)...

Cầu Tân An làm tôi nhớ không phải vì cái tên mà vì nó dài quá, bắc qua sông Vàm Cỏ Tây. Bảng tên cầu Tân An đập vào mắt tôi khi xe bắt đầu lên cầu. Xe cứ chạy mãi chạy mãi mà vẫn chưa lên đỉnh cầu. Tôi tò mò nhìn ra phía trước, thấy dãy lan can cầu chạy mãi tít lên cao. Sau một hồi vất vả leo dốc, chiếc xe cũng lên đỉnh cầu. Tôi nhìn xuống, sông Vàm Cỏ Tây buổi chiều màu phù sa đỏ đục chảy lầm lì bên dưới, len lỏi giữa những chùm dừa và vườn cây xanh um.

Qua cầu Tân An xe chạy thêm một đoạn rồi dừng tiếp vì xuống hàng. Xuống hàng xong, mấy anh lơ xe lại lên thêm mấy kiện đồ trên mui. Xe rồ máy chạy tiếp đến cầu Bến Lức. Cầu Bến Lức hình như còn dài hơn cả cầu Tân An. Nhìn dãy lan can cầu chạy song song mãi khi xe lên dốc, tôi ước chi chiếc cầu này cứ kéo dài mãi. Lên đến gần giữa cầu, tôi phát hiện có một trạm gác trên cao không có người. Tôi tự hỏi vì sao có trạm gác kiểu quân đội ở trên cầu mà mãi không biết câu trả lời.

Đến chiều tối, xe chạy chậm lại do dòng xe đổ dồn về Sài Gòn ngày càng nhiều. Xe đang vào huyện Bình Chánh, vừa qua cầu Bình Điền, tôi đã thấy bóng dáng Sài Gòn hoa lệ với những con đường rộng, hai bên lề có nhiều trụ điện gắn đèn đường cao áp. Nói là rộng nhưng mỗi bên chỉ có một làn xe. Xe chạy ở đây không cần giảm tốc độ để nép vào lề như con đường quốc lộ nhỏ hẹp ở dưới miền Tây.

Tôi mệt và đói, nhưng vẫn háo hức nhìn coi Sài Gòn có giống như cô Hai tôi kể không. Bỗng trời đột ngột kéo mây đen vần vũ, cơn mưa chiều Sài Gòn đến bất ngờ. Mưa thêm nặng hạt khi xe vào đường Kinh Dương Vương, là con đường chính vào Sài Gòn, rẽ từ quốc lộ 1.

Mọi người trong xe lục đục đứng lên, với tay kéo mành rèm sắt ở phía trên cao xuống để đóng cửa. Tôi cũng làm theo, nhưng kéo mãi không nổi vì nặng quá. Anh lơ xe phanh ngực áo liền hào hiệp với tay kéo giúp thì cả khung màn sắt sập xuống cái "rầm", che hết cửa sổ.

Chiếc xe chạy chậm hẳn. Hai thanh gạt nước phía trước gạt hết tốc lực nhưng vẫn không đẩy kịp hết những dòng nước ào ạt trên kính, che mờ con đường phía trước. Khói thuốc lá từ chú tài xế càng làm con đường phía trước thêm mờ ảo. Đèn đường bắt đầu được bật lên, phản chiếu nước mưa lấp lánh trên kính xe.

Kéo cửa sổ xong, tôi nhìn lại thấy hai bàn tay dính đầy dầu mỡ đen thui. Hóa ra người ta trét mỡ bò vào thanh trượt bên khung cửa để dễ kéo rèm sắt xuống. Cô tôi thấy vậy liền lục túi lấy khăn chùi tay cho tôi.

Sài Gòn của tôi bây giờ thu nhỏ lại, chỉ còn được nhìn qua khung kiếng xe nhạt nhòa phía trước. Anh lơ cũng đứng nép vào trong, đóng sát cửa kính lại. Mưa vẫn tạt qua những khe hở bên dưới, làm tôi phải nhích vào sát cô Hai. Trong xe tối om. Xe vẫn lăn bánh, chầm chậm trong mưa. Tôi đoán là đang vào thành phố vì đã có thêm nhiều ánh sáng chói lòa trước kính.

Tôi nhớ những hôm dầm mình trong cơn mưa ở Cái Dầy, khi tôi và đám bạn chạy ngược dốc lên cầu tắm mưa. Đường vắng, bàn chân trần cảm nhận mặt đường cứng ráp khi chạy. Tôi thích cảm giác nước mưa tạt vào người, da căng rát nhưng mát mẻ làm sao.

Nhưng giờ đây tôi ghét mưa. Tôi muốn được nhìn Sài Gòn đẹp đẽ của tôi.

Xe rẽ phải, vào một khu vực có nhiều ánh đèn cao áp. Tôi đoán là đã tới bến. Chiếc xe từ từ vào cổng, lắc lư qua những ổ trâu, ổ gà đã đầy nước, quẹo qua trái, quẹo trái lần nữa, rồi từ từ dừng lại dưới mái che nhô ra của bến xe.

Tôi lấy hết sức đẩy rèm sắt cửa sổ lên tí xíu để nhìn Sài Gòn trong mưa buổi tối. Vài người đi bộ, đi xe mặc áo mưa đen thui, che dù thấp thoáng. Buổi tối ở bến xe Miền Tây, vắng tiếng rao bán hàng, cũng không ngửi thấy mùi bánh bao nóng hổi. Thay vào đó là tiếng gọi xuống hàng của chủ xe, tiếng còi toét toét của chú bảo vệ khi có xe ra vào bến, tiếng xe xích lô máy, xe lam xình xịch lẫn trong tiếng mưa rơi lộp độp trên mui xe khách.

- Tới nhà rồi hả cô? - Tôi vịn tay cô Hai hỏi.

- Chưa con ơi, nhà mình còn xa lắm, đây chỉ là bến xe thôi. Phải đi xe lam một đoạn nữa mới tới. Mà mưa quá, thôi cô kêu xích lô máy đi cho nhanh.

Cô Hai nói rồi thò đầu ra kiếm xe.

Có chú xích lô đang đứng đợi khách ở phía sau xe đò. Chú mặc áo choàng che mưa, đội nón đen, giơ tay ngoắc ngoắc và gật đầu ngay khi cô Hai vẫy. Chú nhón người đạp máy hai lần xe mới nổ, vặn tay vô số, lái đến gần cửa xe.

Tôi nhìn chú tài xế, lúc này đang nghỉ ngơi, gác chân ngồi hút thuốc ở ghế. Tôi tạm biệt anh lơ xe tốt bụng, tạm biệt chuyến xe thân thương rồi lỉnh kỉnh phụ cô Hai mang đồ xuống xe xích lô máy về nhà.

Xích lô máy là xe ba bánh có hai chỗ ngồi phía trước, động cơ hai thì xăng pha nhớt, lái xe ngồi phía sau. Hai cô cháu mặc áo mưa, ngồi sát vào nhau trên chiếc xích lô máy, phía dưới chân là đống hành lí. Cô Hai ngồi một bên, tay cố kéo vạt áo mưa che chắn.

Chú lái xe đi vòng ra trước, kéo miếng vải bố dày che mưa trùm lại chỗ ngồi phía trước của hai cô cháu. Xong đâu đó chú vòng ra sau xe, nhón người đạp máy, lên ga, tiếng xe nổ máy giòn tan lẫn trong tiếng mưa. Chú nghiêng người, lái chiếc xích lô ra khỏi bến xe Miền Tây.

Tôi ngồi bên trong, sát vào cô Hai, thấy ấm áp sau chuyến đi dài. Sài Gòn với tôi bây giờ còn nhỏ hơn nữa, chỉ là những ánh đèn le lói bên ngoài lọt vào miếng vải che dày phía trước xích lô. Tôi không thấy gì, chỉ nghe hơi thở cô tôi, nghe tiếng gió rít, tiếng máy xe chạy tè tè, và tiếng mưa rơi đều đặn.

Xe đang vừa tăng tốc thì đột nhiên chậm dần, rồi dừng hẳn. Vài giây sau, tiếng máy xe cũng tắt. Tôi ngạc nhiên, và lo lắng khi đang ngồi trong khoang xe tối om, bên ngoài mưa gió xào xạc. Cô tôi nắm chặt tay tôi lo lắng.

Một lát sau, xe vẫn dừng, bên ngoài mưa vẫn rơi nặng hạt. Tôi tò mò quá, với tay vén màn vải che nhìn ra trước. Con đường Sài Gòn rộng thênh thang nhưng vắng lặng. Mưa tầm tã rơi qua những ánh đèn vàng cao áp, như những hạt thủy tinh đâm vào mặt đường, tạo thành màn sương mỏng. Tôi đưa hẳn đầu ra ngoài nhìn thì không thấy chú lái xe đâu. Chiếc xích lô đã tấp vào lề đường trong cơn mưa tầm tã.

Tôi đưa tay quệt nước mưa nhìn về phía sau, nhận ra chiếc áo mưa đen bóng quen thuộc của chú tài xế. Chú đang hì hục đẩy phụ một chiếc xe bánh mì bên đường lên vỉa hè. Con đường lúc này mưa ngập hơn phân nửa. Nước chảy ào ạt thành từng dòng suối nhỏ hai bên lề đường.

Dáng bác chủ xe bánh mì cong người kéo nổi bật dưới ánh đèn, trong khi chú xích lô với cái áo đen đang ráng đẩy mà chiếc xe bánh mì vẫn không chịu nhúc nhích.

- Sao vậy con, sao ổng không chạy vậy? - Cô Hai hỏi tôi.

Tôi nói nhanh:

- Dạ để con ra phụ đẩy xe...

Tôi vén hết tấm màn vải và nhảy xuống, chạy nhanh về phía chiếc xe đang mắc kẹt.

May mắn là khi tôi vừa đụng vào, lấy hết sức đẩy chung với chú xích lô và bác bán bánh mì, thì chiếc xe như có thêm sức mạnh, lắc lư một cái lấy sức, rồi vượt qua được ổ gà ngập nước mưa. Chú lái xe nhìn tôi cười, khoe hàm răng vàng khói thuốc dưới ánh sáng đèn đường. Cả hai thở phào nhìn theo bác bán bánh mì từ từ kéo chiếc xe vào trong vỉa hè.

Cả hai chúng tôi nhanh chóng đi về chiếc xe ba gác. Chú vừa đi vừa hỏi:

- Con ở đâu lên?

- Dạ con ở Bạc Liêu lên.

....

Ngồi trong chiếc xích lô máy tối om dựa vào cô Hai, nghe tiếng máy xành xạch chạy đều, nghe mưa bên ngoài rả rích lộp độp qua màn vải dày, tôi nghĩ về Sài Gòn. Tôi quên mất những ánh đèn lộng lẫy, quên đi con sư tử lông xù, quên cả con đường thênh thang như cô tôi kể. Lúc ấy, tôi chỉ còn nghĩ về chú lái xe xích lô máy, đột nhiên dừng lại giữa lề đường trong cơn mưa tầm tã, chỉ để phụ đẩy một chiếc xe bánh mì xa lạ bị mắc kẹt ổ gà.

Tôi xoay người, dựa lưng vào cô Hai, nhắm mắt thiếp đi trong cái yên bình của mưa Sài Gòn buổi tối.

Cà phê Huỳnh Như

Sau vài năm làm vườn thấy không khá nổi, ba tôi quyết định mở quán cà phê ở Cái Dầy, lấy tên là cà phê Huỳnh Như.

Quán cà phê dự định sẽ mở trên phần sân trước cửa nhà tôi. Lúc ấy khoảng sân có khu vườn sơ ri sum suê trái, từng chùm chín vàng đỏ mọng. Tôi hay chơi trốn tìm và ngủ quên luôn trong đó. Trước sân là hàng dừa vừa lớn, chuẩn bị ra trái, cây nào cây nấy cao gấp đôi ba tôi. Xen kẽ giữa hàng dừa và sơ ri là năm cây xoài cao vút. Mùa trái chín, xoài rụng lộp độp trên mái tôn mỗi khi có cơn gió thổi qua.

Ba tôi dự định làm quán cà phê dạng sân vườn, để bàn ghế ở giữa những tán cây ăn trái, tận dụng khung cảnh yên bình thoáng mát của vùng quê miền Tây. Ba má tôi còn thuê người làm thêm một gian nhà lá mái dốc, vách nẹp lá dừa nước, cửa khung gỗ có cây chống. Khách uống cà phê có thể ngồi bên trong. Một góc trong gian nhà mới này được dành để pha chế nước uống.

Mọi việc diễn ra suôn sẻ như kế hoạch. Các chú thợ kéo đến, bào bào đục đục mấy cây đước to như bắp chân làm khung. Căn nhà lá một mái nhanh chóng được dựng lên phía trước ngôi nhà chính mái tôn vách lá cột gỗ.

Ba tôi nói, cà phê sân vườn phải có bàn thiết kế lạ mắt. Ba tự thiết kế khung bàn hình chữ nhật bằng các thanh gỗ chắc, rồi để miếng bê tông có lát gạch bông lên trên. Các miếng bê tông này phải tự đổ riêng, bên trong là khung thép. Sau đó ba dát mấy lát gạch bông lên, mài nhẵn cho đến khi lên nước xi măng bóng loáng, lộ ra những "bông" gạch li ti bên dưới. Ba tôi nói đùa là mấy cái bàn kiểu này nặng lắm, ăn trộm khó mà khiêng đi được. Lúc ráp mặt bàn vào khung, có cái khung không đều nên bị lúc lắc. Tôi phải rất vất vả dùng cả hai tay mới nâng được mặt bàn lên, để ba tôi chêm miếng nhựa vào bên dưới khung gỗ. Ghế cho khách ngồi thì đơn giản hơn, chỉ là những ghế cóc vuông vức bằng gỗ.

Đúc và đóng xong mấy bộ bàn bê tông gạch bông và ghế cóc, ba tôi gật đầu hài lòng. Mấy bộ bàn ghế lạ mắt được đặt xen lẫn trong khu vườn trải đá dăm.

Công đoạn quan trọng nhất trong việc mở quán là pha chế nước uống. Nhà ngoại tôi ở Sóc Trăng có bán cà phê, nên việc pha cà phê không khó lắm. Ba tôi mua cà phê đã rang sẵn từ Sóc Trăng. Mỗi buổi sáng chỉ việc bỏ vào máy xay, sau đó bỏ bột cà phê vào vợt pha cho khách uống, gọi là cà phê vợt.

Đây là loại cà phê mà tôi thích từ khi mở quán, mở đầu cho thói quen uống cà phê sau này. Mỗi buổi sáng, tôi chờ nghe tiếng máy xay rào rào, nghe lò nước sôi ùng ục. Nước pha cà phê vợt phải rất nóng. Cà phê rang vừa xay xong thành hạt mịn, cho vào vợt vải dày có đáy dài như cây vợt bắt cào cào. Ba tôi lấy cái lon sữa Ông Thọ đóng thêm cán gỗ để múc nước sôi rồi rót nhẹ vào đáy vợt có bột cà phê mới xay. Từng dòng cà phê đen đặc chảy vào ly thủy tinh có sẵn sữa tươi màu trắng. Dòng nước đen thẫm nhanh chóng chuyển màu thành cà phê sữa.

Món đặc sản thứ hai ở quán nhà tôi là đá me dầm đậu phộng rang. Món này do cô Lan phụ bán quán pha. Sáng sớm, cô Lan rang đậu phộng thơm lừng cả khu vườn. Tôi nghe mùi đậu phộng rang đã biết là quán chuẩn bị mở, vươn vai ngáp dài bước ra ngoài nhìn trời vừa hừng sáng. Rang xong, cô cẩn thận bỏ đậu phộng vào hũ. Cô nói đậu phộng phải rang mỗi ngày thì dầm đá me mới ngon.

Me chua lựa trái vừa chín, vỏ xôm xốp, chỉ cần bóp vỡ ra đã để lộ từng múi vàng nâu đen bọc xơ chỉ xung quanh. Cô Lan bóc vỏ me để sẵn. Khi có khách gọi, cô lấy ra vài múi me chua, bỏ thêm đường cát, pha chút nước sôi, dầm cho ra nước me màu sẫm có vị chua chua ngọt ngọt ở đáy ly. Cô lấy đá đập nhỏ nhỏ, bỏ vào ly me dầm. Sau cùng rắc một nắm đậu phộng rang chín vàng lên trên. Cô giải thích, khi khách uống sẽ quậy từ trên xuống, đậu phộng từ từ trộn với nước đá, cuối cùng là nước me. Khi ba thứ đó trộn lẫn vào nhau là lúc có thể đưa lên miệng uống.

Phần âm nhạc, ba má tôi đầu tư một máy cassette hai hộc băng có loa tháo rời. Đây là loại máy hiện đại nhất lúc ấy. Ba tôi lắp hai cái loa màu huyết dụ vào khung nhà trên cao, để lại thân máy trống trơn gần quầy pha cà phê.

Lần đầu tiên tôi được nghe những bài *I wanna hear your heartbeat* của Bad Boys Best, *Dancing queen* của ABBA, và *Like a virgin* của Madonna. Dĩ nhiên lúc đó tôi không hiểu họ hát gì, chỉ thấy điệu nhạc hay hay, sau này mới nhớ lại và tìm ra những bài này.

Quán cà phê Huỳnh Như mở được hai tháng đã có nhiều khách hơn, có khách ở xa tận thị xã Bạc Liêu chịu bỏ thời gian chạy xe Honda lên uống cà phê sân vườn. Khi quán đông, có nhiều khách quen hay đến, có người đến hầu như mỗi tuần. Nhưng tôi cũng thấy lạ là có nhiều khách quen ít khi trả tiền mỗi lần uống nước. Họ đến, kêu cà phê, ngồi cả buổi, rồi đứng lên cười, chào ba tôi rồi về.

Một trong những người đó là chú Vinh, bạn của ba tôi. Nghe má tôi nói là chú Vinh nhà nghèo lắm, công việc bấp bênh nên thường ghé qua quán nhà tôi tâm sự. Ba tôi tính vốn hiếu khách nên ai đến cũng đãi nước. Khách không có tiền trả cũng không sao, ba tôi cho nợ. Mà thật ra cả vùng này không nhà nào giàu cả, toàn là nhà tranh vách lá, nên ai cũng hiểu hoàn cảnh của nhau.

Có chú Hải, nghe ba tôi nói làm cán bộ gì đó trong ủy ban, cũng hay đến quán nhà tôi. Chú Hải người tầm thấp, bụng bự, hay nói to tiếng rổn rảng, từ ngoài ngõ đã nghe tiếng chú kêu chào ba tôi. Chú thường ghé quán nhà tôi kêu cà phê vợt uống, khen cà phê vợt đen đá quán nhà tôi ngon nhất vùng. Dĩ nhiên là đúng, vì lúc đó chỉ có nhà tôi bán cà phê ở vùng này. Chú Hải hay hỏi han ba tôi về công việc hiện tại. Chú hỏi ba tôi có ý định làm gì nữa không, tại sao ba tôi hồi xưa là sĩ quan Việt Nam Cộng Hòa thông thạo hai ngoại ngữ Anh, Pháp, mà giờ phải đi mở bán quán cà phê. Ba tôi chỉ cười không nói gì.

Mỗi khi chú Hải, chú Vinh, hay những người bạn quen đến uống, ít khi ba tôi kêu tính tiền.

Tiếng lành đồn xa là ba tôi hay cho uống cà phê nợ, bạn bè như chú Vinh kéo đến ngày càng đông. Quán tuy đông khách nhưng kinh tế ngày càng eo hẹp do ba tôi toàn bán chịu. Tôi nghe má than là nếu bán kiểu này hoài chắc sẽ phải đóng cửa.

Trong khi ba tôi cho bạn bè uống chịu thì tôi còn "xịn" hơn, cho bạn bè trong xóm uống cà phê miễn phí.

Lúc ấy, tôi hay chơi với đám xóm trong, là khu kinh tế mới ở phía sau vườn nhà tôi. Xóm này có chị em con bé Năm hay chơi bán hàng; có thằng Tám hay bắn đạn cao su bằng cái ná làm từ khung cây ổi; có thằng Bình hay hái bình bát có lần té ao; có anh Vinh thường bắt cá lia thia đồng cho tôi, và tôi, cộng thêm Mực, con chó "thân tín" tôi hay dẫn theo.

Một lần tôi đi vào xóm trong, thấy cả đám bu lại xung quanh hai chị em bé Năm ngồi chơi bán quán. Tôi ngó vào. Bé Năm là chị, ra dáng vẻ là chủ quán, hỏi tôi:

- Anh ăn bún gì hông?

- Bún? Ở đâu?

Tôi ngạc nhiên hỏi khi thấy cả đám ngồi bu quanh mấy cái nồi xoong xanh đỏ bằng nhựa nhỏ xíu, rồi có đủ cả chén dĩa, đũa, muỗng... bằng nhựa.

Con bé Năm lấy cọng hoa lồng đèn làm thịt, lấy lá dâm bụt cắt sợi nhỏ làm rau, lấy trái sơ ri xanh cắt nhỏ làm củ cải, và lấy hoa công chúa (hoa hoàng lan) cắt dọc làm sợi bún. "Tiền" là những chiếc lá dâm bụt còn nguyên, to đùng, xếp thẳng lớp chồng lên nhau.

Tôi cười vì thấy đám con gái sao mà sáng tạo quá.

- Thôi tao không ăn, mấy cái này toàn đồ giả. - Tôi vừa cười vừa nói.

- Không ăn thì đi chỗ khác chơi, có anh kia đang ngồi ăn kìa. - Bé Sáu, em bé Năm chu mỏ nói.

Tôi nhìn qua bên kia thấy có một thằng trạc tuổi tôi, đang ngồi chồm hổm cầm mấy chén nhựa nhỏ xíu đưa lên miệng giả bộ ăn. Tôi quan sát, ngoài "anh kia" ra thì đám này toàn con gái.

Tôi định bỏ đi, nhưng chợt quay lại hỏi:

- Quán mày có bán cà phê không?
- Có chứ. - Bé Năm lên tiếng,
- Đâu? - Tôi hỏi.
- Nè.

Bé Năm không biết lấy đâu ra ấm cà phê nhôm nhỏ xíu trong có chứa nước gì màu đen đen. Tôi cầm lấy đưa lên ngửi thì muốn hắt xì ngay.

- Cái này là xì dầu chứ cà phê gì mày. - Tôi dụi mũi nói.

- Tụi em đâu có cà phê thiệt. - Bé Năm chớp mắt nói.

- Thôi để tao cho, nhà tao mới mở quán cà phê ở ngoài cầu Cái Dầy.

- Thiệt hả anh?

- Thiệt, mai tao đưa. - Tôi dõng dạc nói.

Thế là tôi lấy ít cà phê "thiệt" đem cho mấy đứa xóm trong mỗi khi ghé qua chơi. Con bé Năm thích lắm, vì cà phê nhà tôi thơm mùi bơ, bỏ vào cái ấm cà phê giả nhỏ xíu bằng nhôm nhìn y như cà phê thiệt. Tụi xóm trong dạo này còn sáng tạo hơn, lấy mấy trái bình bát chín do thằng Bình hái về, bẻ ra để ăn tráng miệng thiệt sau khi ăn bún giả và uống cà phê giả.

- Quán mày bán có lời không?

Một lần tôi hỏi bé Năm vì tôi nhớ thỉnh thoảng ba má tôi hay than là quán nhà tôi bán không có lời.

- Có chứ, hôm nào em bán cũng lời.
- Bán đồ giả mà cũng lời?
- Bán xong em đếm tiền lá, thấy toàn dư là lời rồi.

Nói xong nó nhe miệng cười khoe hàm răng sún.

- Nói chứ tụi em bán đồ giả cho vui thôi, bán quán thiệt chắc cực lắm.

Bán quán thiệt cực thật. Sau hơn nửa năm mở quán cà phê Huỳnh Như, ba má tôi đóng cửa. Lý do đơn giản là nhà tôi ai cũng mệt, cộng thêm việc bán quán cà phê không có lời. Lúc đó má tôi hằng ngày phải dậy sớm để xuống chợ Bạc Liêu bán vải.

Ba tôi thì một mình không đủ sức làm, vừa pha chế nước uống, vừa tính tiền lẫn phục vụ chạy bàn. Cô Lan làm được vài tháng thì xin nghỉ vì cực quá. Có thêm chú Bảy phụ việc lúc đầu cũng bỏ đi vì chịu không nổi. Mấy chị em tôi thì quá nhỏ, chỉ được cái chạy bàn chứ không giúp gì được nhiều.

Thế là quán cà phê đóng cửa, nhưng ba tôi vẫn giữ lại mấy chiếc bàn bê tông gạch bông ngoài vườn. Mực, con chó cưng của tôi, phát hiện ra mấy chỗ nấp lí tưởng dưới bàn bê tông những hôm trời nóng. Mực hay nằm đó, nhe nhe cái lưỡi dài, thở khò khè nhìn ra ngoài cánh cửa.

Quán nhà tôi đóng, tôi cũng không còn cung cấp cà phê miễn phí cho xóm trong bán hàng giả.

- Mày còn bán cà phê không? - Một lần, tôi tò mò hỏi bé Năm.

- Còn chứ? - Nó nhe răng cười.

- Vẫn là xì dầu hả?

- Không phải.

- Để tao coi.

Tôi vừa nói vừa lấy cái ấm cà phê giả có đựng nước màu nâu đen lên ngửi.

- Trời ơi, nước mắm! - Tôi la lên.

- Hôm nay quán em bán cà phê lợt, không còn bán cà phê đen đậm nữa. - Bé Năm cười to.

Tôi cười theo bé Năm, chợt nhớ đến tiếng máy xay, tiếng nước sôi, và mùi cà phê vợt buổi sáng của cà phê Huỳnh Như.

Mực Vàng

Ngày Mực về nhà tôi, ai cũng nghĩ là nó sẽ khó sống sót. Mực là chú chó con mới ba tháng tuổi, được ba tôi đem về từ nhà một người bạn.

Lúc mới về, Mực ốm nhom, chân đi khập khiễng, lòi cả xương sườn bé nhỏ. Mặt Mực lầm lì sợ sệt, ít sủa, hay nằm co ro một góc dưới gầm giường. Ba tôi đặt tên nó là Mực vì toàn thân đen thui, duy nhất chỉ có vài cọng lông vàng ở phía trên hai mắt.

Thật ra, điều Mực sợ nhất không phải là thiếu đồ ăn hay bị đánh, mà là sự có mặt của một ông "vua" trong nhà, đó là Vàng. Nhà tôi lúc ấy có nhiều cây cối trong vườn nên cũng thường nuôi chó. Vàng là con chó đực to lớn nhà tôi nuôi đã gần tám năm, toàn thân màu vàng nên ba tôi đặt tên là Vàng.

Những ngày đầu về nhà, khi cho ăn, ba tôi đã đặt đồ của Mực và Vàng ở hai chỗ khác nhau. Ấy vậy mà Vàng vẫn chạy lại giành ăn hết phần cả hai nơi. Mực vừa mon men đến gần chén cơm thì Vàng đã nhe răng gầm gừ. Mực sợ quá, ăn không nổi, chui vào giường trốn tiếp. Tôi thấy vậy mới làm thêm một chén cơm nhỏ cho Mực. Nhưng Vàng vẫn không buông tha, nhe răng dọa Mực đến nỗi tôi phải la lên, lấy tay đánh nhẹ vào đầu Vàng:

- Vàng, để cho Mực ăn.

Vàng tức vì tôi thiên vị, sủa vài tiếng ăng ẳng rồi bỏ ra ngoài.

Thời gian trôi qua rất chậm. Mực vẫn núp dưới giường đợi Vàng ăn xong, và đợi thêm đến khi tôi lấy chén cơm cho ăn. Để chắc là Mực không bị ăn hiếp, tôi ngồi canh cho Mực ăn xong hết phần cơm mới an tâm.

Vài tháng sau, Mực đã bớt gầy nhưng vẫn còn sợ Vàng, chỉ dám ăn dưới gầm giường.

Một hôm, Vàng đi ra ngoài chơi, gặp lại Xà Mâu, là tên tôi đặt cho con chó hàng xóm. Tôi không biết nó tên thật là gì, chỉ biết con chó này lông vàng xám, to con, hung dữ, hay sủa nhe hàm răng vàng cháy mỗi khi tôi đi ngang nhà hàng xóm. Tôi đặt tên Xà Mâu vì trên lưng con này có nhiều mảng da bị tróc, sưng thành từng mảng nâu đỏ, có thể do cắn lộn hay nhiễm trùng viêm da. Bởi vậy tôi gọi nó là "Xà Mâu" luôn cho dễ nhớ và dễ nhận dạng.

Xà Mâu và Vàng vẫn hay đối đầu do gặp nhau hằng ngày, nhưng cả hai chỉ hăm he, gầm gừ, sủa vài tiếng, đi vòng vòng nhìn nhau rồi ai về nhà nấy.

Hôm ấy bỗng dưng có thêm một "cô chó" lông trắng từ đâu đến trước hiên nhà tôi. Lần này thì Vàng và Xà Mâu hầm hè rất lâu, rồi đột nhiên Xà Mâu bất ngờ quyết định "ra tay" phân tài cao thấp.

Xà Mâu lùi về sau như cái lò xo lấy thế, chuẩn bị bung ra phóng tới trước, nhe hàm răng sắc nhọn tấn công Vàng.

Đột nhiên, có tiếng sủa sắc, dù âm thanh còn nhỏ, và một cái bóng đen thui chạy vọt ra. Đó là Mực, đã chạy ra đứng kế bên Vàng nhe hàm răng mới nhú so kè với Xà Mâu. Vàng có thêm đồng minh nên lên tinh thần, sủa càng to hơn, sẵn sàng chiến đấu. Nhìn thấy một chọi hai không đấu nổi, Xà Mâu thu quân, ngoắc đuôi quay về nhà, không quên gật đầu chào cô chó lông trắng mới đến.

Vàng cũng rút lui, cùng Mực vào nhà, để lại trên sân cô chó lông trắng ngẩn ngơ không hiểu chuyện gì vừa xảy ra.

Sau lần đó, Vàng không gầm gừ giành ăn với Mực nữa. Hai đứa nhanh chóng thành đồng minh, một già một trẻ.

Những tháng sau đó, Mực bắt đầu theo Vàng khám phá và bảo vệ vườn nhà tôi. Vàng chỉ cho

Mực từng tổ chim, từng bụi cỏ, từng gốc cây, từng con dốc để đái vào đánh dấu địa phận. Vàng cũng giới thiệu cho Mực mấy chị mèo đen ở gần nhà tôi.

Nhà tôi ở kế bên sông Cái Dầy, mỗi mùa nước lên nước sông tràn vào, ngập bụi cỏ lau ven bờ. Buổi chiều, tôi vác cần trúc ra sông câu cá rô cá lóc, Mực và Vàng lóc cóc theo sau quậy phá. Câu cá rô cần nhất là sự yên tĩnh, mà hai anh Vàng, Mực cứ chạy dọc theo bụi cỏ ven sông nên đuổi cá đi hết. Rốt cuộc tôi không câu được con nào. Nhưng nhờ rất nhiều lần chạy dọc theo bụi cỏ ven sông và đi theo Vàng như thế mà Mực bơi rất giỏi.

Ở phía bên kia sông là nhà máy xay lúa, có đàn vịt xiêm, dẫn đầu là con vịt cồ mặt đỏ. Lâu lâu chàng vịt cồ hay kéo bầu đàn thê tử qua vườn nhà tôi ăn rau và ỉa bậy. Lúc ấy Vàng chạy ra đuổi, thì chàng vịt cồ xua đàn em xuống nước trước, còn mình đứng ra đối đầu. Vàng tuy to cao, nhưng xem ra vẫn nhát trước con vịt cồ có cổ cao đỏ và dáng đi oai vệ. Nó chỉ sủa chứ không dám cắn. Có lần Vàng nhào vào tấn công, nhưng cả bầy vịt nhanh chóng nhảy xuống nước, bơi ra giữa sông rồi ngoe nguẩy đuôi chọc tức Vàng.

Nhưng Mực đã làm mọi thứ thay đổi.

Như mọi lần, anh vịt cồ dẫn cả bầy qua nhà tôi ăn rau và ỉa bậy. Vàng và Mực chạy ra xua đuổi, cả bầy vội ùa xuống nước rồi bơi ra giữa sông. Vàng chạy đuổi theo đến mé sông, sủa thêm mấy cái rồi dừng lại. Trong khi đó, Mực nhảy ùm xuống sông, vừa bơi, vừa sủa, vừa rượt theo đánh đuổi đàn vịt ra khỏi địa phận nhà tôi.

Mấy chú vịt coi thường khả năng bơi lội của Mực, tưởng Mực không dám nhảy xuống sông đuổi bắt, không ngờ Mực không những bơi càng lúc càng ra xa, mà còn rượt đám vịt xiêm chạy tan tác qua đến bờ bên kia nhà máy xay lúa. Mực chạy theo cắn cổ con vịt chạy chậm nhất trong bầy, sau đó lững thững kéo xác con vịt, bơi ngược về nhà trình cho ba tôi xem.

Ba tôi ngỡ ngàng chưa biết làm gì với xác con vịt xiêm, thì nghe chú hàng xóm là chủ bầy vịt bên kia sông chạy qua bắt đền. Ba tôi xin lỗi ông chủ đàn vịt, còn má tôi lấy tiền đền con vịt bị cắn. Tối đó, má tôi bắt nước sôi làm thịt vịt cho Mực và Vàng ăn.

Một buổi chiều, tôi lang thang đi dọc dưới chân cầu tìm cỏ gà để đá với đám bạn trong xóm. Đột nhiên, tôi nghe tiếng gầm gừ quen thuộc phía sau, Mực xuất hiện rất nhanh, chúi đầu sục sạo vào đám cỏ phía sau chân tôi.

Mực ngẩng lên, miệng ngậm đầu con rắn lục đang uốn cong vòng vòng. Tôi hoảng hốt nhìn con rắn ở ngay sau chân mình. Mực ngậm con rắn thêm một chút rồi mới nhả ra. Nó nhanh chóng chui vào lùm cây biến mất. Cũng may Mực xuất hiện kịp thời, nếu không chắc tôi đã bị rắn cắn.

Tôi ngoắc Mực lại gần, ngồi xuống ôm nó vào lòng cảm ơn. Tôi nhìn vào mắt Mực, nhận ra vài sợi lông vàng năm xưa giờ đã là hai đốm vàng sáng rực phía trên lông mày dày rậm, bọc lấy cặp mắt tinh tường. Mực của tôi giờ đã trưởng thành, và là một chú chó mạnh mẽ.

Mực nhanh chóng trở thành người gác cổng cho nhà tôi, nó thay Vàng đi trực ban đêm, canh Xà Mâu qua nhà, ngoại giao với đám mèo hàng xóm, xua đuổi bầy vịt xiêm bên kia sông.

Trong lúc Mực ngày càng khỏe mạnh đẹp trai thì Vàng ngày càng yếu đi. Một đêm, cả nhà đang ngủ say thì tôi nghe tiếng Mực tru tréo. Nó ít khi sủa giọng kéo dài như vậy vào ban đêm. Ba tôi nghĩ có chuyện chẳng lành, vội chạy xuống nhà bếp thì thấy Vàng đã chết. Mực nằm kế bên, đầu dụi dụi vào Vàng, tru tréo cả đêm.

Vàng mất rồi, Mực trầm ngâm hơn, cộc tính hơn, và cũng dữ dằn hơn. Xà Mâu bây giờ hoàn toàn kính nể Mực, không dám cọ cựa nữa.

Duy nhất tôi biết Mực rất hiền. Vì mỗi lần đi câu cá rô, tôi bắt Mực ngồi trên bờ chờ, nó ngoan ngoãn ngồi im chứ không quậy nước làm cá chạy mất nữa. Khi câu dính cá, tôi tháo móc, thả con cá rô đang nhảy lạch tạch cho Mực bắt ăn. Có lần, tôi tháo con cá rô nhanh quá, thả ngay kế mép bờ sông. Con cá rô giãy giãy vài cái rồi rơi xuống nước. Nhanh như chớp, Mực nhảy theo xuống, há miệng cạp con cá rô rồi nhảy lên bờ ngoắc ngoắc đuôi nhìn tôi khoe.

Ở với Mực thêm vài năm thì nhà tôi dọn xuống thị xã Bạc Liêu. Ngày dọn đi, ba tôi để Mực ở lại với chủ nhà mới. Mực nằm im dưới góc giường. Ba nói cả nhà phải ở trọ một thời gian mới có nhà mới, khi đó ba tôi sẽ mang Mực về.

Khi chiếc xe lôi nổ máy chở cả gia đình từ từ ra quốc lộ, tôi nghe tiếng ăng ẳng vang lên từ phía trong nhà. Mực phóng ra, co giò ráng chạy rượt theo chiếc xe lôi. Mực vừa chạy, vừa sủa, vừa tru mấy tiếng kéo dài như năm xưa lúc Vàng mất. Sống mũi tôi cay cay, mắt mờ nhòe đi, nhìn hai đốm sáng màu vàng trên cặp mắt đen tròn của Mực càng lúc càng xa dần khi chú xe lôi lên số, tăng ga, chạy về thị xã Bạc Liêu.

*

Gần một năm sau, khi tôi quay lại tìm thì chủ nhà mới buồn bã báo tin Mực đã chết. Chú nói Mực canh nhà cho chú rất giỏi nên bọn ăn trộm ghét. Nửa đêm, tụi nó đánh bả độc cho Mực chết.

Tôi thơ thẩn đi ra bờ sông, nghe tiếng cá rô nhảy sột soạt trong lùm cỏ, nghe đàn vịt xiêm bơi bì bạch trên sông, nhìn về làn khói trắng xa xa của nhà máy xay lúa... Những ký ức vẫn còn rõ mồn một trong tâm trí, nhưng Mực và Vàng của tôi đã không còn nữa. Lúc này chúng có lẽ đang rượt đuổi nhau ở một nơi xa lắm...

Bánh mì nóng dòn đây

Buổi tối Bạc Liêu mưa rả rích. Con đường trước nhà trọ của gia đình tôi ban ngày vốn là bến xe, sau mấy ngày mưa dai dẳng đã thành ổ trâu, ổ gà đầy nước.

Cả nhà tôi vừa dọn xuống thị xã Bạc Liêu được vài tháng. Mọi thứ còn quá mới mẻ. Nhà trọ mới, hàng xóm mới, trường mới, bạn mới và món ăn mới. Bạc Liêu có điện, nên về đêm cuộc sống có chút sắc vàng le lói của đèn đường trước nhà, bớt tẻ nhạt so với ấp Cái Dầy của tôi.

Còn có một thứ mà tôi vừa xuống Bạc Liêu đã thích ngay, đó là ăn bánh mì nóng giòn buổi tối.

Tầm bảy giờ tối, sau giờ cơm chiều vài tiếng, khi tôi đang chong đèn học bài, bao tử bắt đầu xử lý hết mấy món ăn ban chiều thì nghe tiếng rao ngoài đường:

- Bánh mì nóng dòn đây...Nónggg... dòn đây...

Chữ "nóng" kéo dài làm tôi có cảm giác như bánh đang nóng lắm, còn chữ "dòn" ngắt nhanh như bánh đang dòn lắm ("dòn" là giọng miền Tây phát âm chữ giòn)! Tiếng rao làm tôi ngưng học, háo hức kéo màn cửa nhìn ra ngoài.

Tôi xin tiền má mua bánh mì nóng, mở cửa nhà kêu to:

- Bánh mì, bánh mì...

Bác bán bánh mì nghe tiếng gọi, liền rẽ hướng đi về phía nhà tôi. Bác người hơi gầy, lưng còng, vác theo một cần xé[1] bánh mì phía sau lưng, bước đi khập khiễng vào khoảng sân nhỏ trước nhà trọ tôi ở. Bác xoay người tháo cần xé bánh mì đặt xuống một bên, hỏi tôi:

- Con mua mấy ổ?

- Dạ cho con một ổ.

Tôi hào hứng nói.

Bác tháo móc, bung ra miếng vải bạt che cần xé, rồi vạch thêm một lớp vải dày, thò tay vào trong lấy ra ổ bánh mì nóng giòn.

Mùi thơm của bánh mì bốc lên từ cần xé làm bụng tôi sôi cồn cào. Bánh mì của bác Ba - tên bác bán bánh mì - vừa lấy từ lò ra, vẫn còn bóng vết phết bơ, tròn lẳng, mập mạp hai đầu, giữa thân là đường rạch dọc chín vàng nứt đều. Chỉ nhìn thôi đã thấy rất ngon.

Lần đầu ăn bánh mì nóng giòn, tôi ăn theo kiểu "Pháp" như ba tôi dạy.

Ba lấy lon sữa Ông Thọ, dùng dao mũi nhọn đục hai lỗ, một lỗ to một lỗ nhỏ đối diện nhau. Sau đó từ từ đổ lớp sữa vàng óng ra một cái đĩa nhỏ.

---

[1] Loại giỏ lớn đan bằng mây tre, thô nhưng chắc chắn.

Tôi cầm ổ bánh mì nóng, bẻ từng miếng giòn thơm chấm vào sữa, đưa vào mũi hít hà một cái trước khi nuốt cả miếng vào miệng, cảm nhận vị ngọt bùi kèm mùi thơm và độ nóng của bánh mì chấm sữa.

Cách ăn thứ hai là má tôi chỉ. Má cũng dùng sữa ông Thọ, đổ vào một cái ly thủy tinh. Sau đó, má rót nước sôi vào hơn nửa ly, lấy muỗng khuấy cho sữa tan đều. Thế là có một ly sữa trắng nóng hổi thơm tho. Nghe lời má, tôi bẻ từng miếng bánh giòn chấm vào ly sữa. Bánh mì chấm sữa pha không ngọt bằng chấm sữa đặc, nhưng có vị ngọt dai và thơm của sữa nóng, nhai cùng vỏ bánh mì giòn giòn khiến tôi có cảm giác... lâng lâng. Như vậy, tôi có thể vừa ăn bánh vừa uống sữa một lượt.

Cách ăn thứ ba là tôi vô tình “phát minh” ra. Cách này dựa theo cách của má tôi. Một lần, tôi vô tình làm rớt miếng bánh mì vào ly sữa. Loay hoay lấy thìa để múc miếng bánh ra, thì nó đã nở tòe loe như bông giấy. Tôi ăn thử thì thấy ngon khác thường, bánh mì đã ngấm trong sữa một lúc nên mềm nhũn, thấm vị ngọt, vừa bùi vừa béo.

Thế là tôi ăn bánh mì nóng giòn với sữa bằng ba cách thay nhau.

Tối hôm ấy, Bạc Liêu lại đổ mưa, còn tôi thì lại thèm bánh mì nóng giòn nên chỉ mong nghe tiếng rao bánh.

Như thường lệ, gần bảy giờ tối, có tiếng rao cất lên từ xa:

- Bánh mì nóng dòn... dòn dòn... đây đây...

Tôi ngạc nhiên vì tiếng rao hôm nay nghe hơi lạ, nhưng thích thú vì âm "dònnn..." được người bán kéo dài nghe rất đã tai.

Tôi mở cửa, vẫy tay kêu to:

- Bánh mì, bánh mì!

Từ xa, một bóng người gầy nhỏ từ từ bước đến. Dưới cơn mưa phùn lất phất và ánh đèn vàng cao áp ngoài ngõ, chiếc cần xé bánh mì hình như to quá khổ, đè hẳn lên dáng người khom khom, khiến cái lưng của người bán như càng còng hơn.

Bước vào sân, chàng thanh niên rũ rũ áo mưa cho hết nước, tháo nón, rồi từ từ tháo cần xé bánh mì để xuống.

- Hả, mày đó sao Bình?

Tôi ú ớ nói, nhận ra người bán bánh mì hôm nay là Bình, bạn học chung lớp với tôi.

- Ủa, mày hả Huỳnh?

Bình nhe răng cười tươi.

Tôi mới vào học cấp hai ở thị xã, chưa quen biết nhiều bạn, nhưng tôi nhớ Bình vì cậu ta nhỏ con nhưng đá cầu rất giỏi. Anh chàng có cái chân trái đá móc điệu nghệ như một nghệ sĩ, đá phát nào nghe đã phát đó vì động tác rất chính xác.

- Mày mua mấy ổ? - Bình hỏi.

- Tao... tao... mua một ổ... - Tôi nói hơi lắp.

- Rồi, một ổ... - Bình gật gù.

Tôi móc túi lấy tiền trả Bình, cầm chiếc bánh mì nóng giòn trong tay mà lòng bâng khuâng.

- Thôi tao đi.

Bình nói, cúi xuống nhấc cần xé bánh mì đưa lên vai, cong lưng bước từng bước dài ngắn ra ngõ, rồi mất dần trong cơn mưa phùn buổi tối.

Tôi ngồi nhìn ổ bánh mì nóng giòn, lại nhìn vào nhà trong, thầm cảm ơn ba má đã lo cho mình được ăn học đầy đủ. Tôi cảm phục Bình quá, trạc tuổi tôi mà đã tự mưu sinh kiếm sống. Nhưng điều khiến tôi phục nhất là Bình hình như không hề mặc cảm, vẫn chào hỏi tôi với nụ cười khoe hàm răng trắng trên làn da rám nắng.

Sáng hôm sau, giờ ra chơi, tôi chạy đi kiếm Bình, thấy Bình đang đá cầu một góc với mấy bạn lớp khác. Tôi xin đá chung nhưng vì đá dở nên không ai chuyền cầu cho. Tôi chơi một lát rồi bỏ ra ngoài, ngồi một góc nhìn đám khác đang nhảy dây.

Bình cũng không đá cầu nữa, ra ngồi kế bên tôi.

- Mày bán lâu chưa? - Tôi hỏi.

- Gần đây thôi, má tao bệnh nên tao đi bán kiếm thêm chút tiền. - Bình trầm ngâm nói.

- Mày đừng nói ai nghe tao đi bán bánh mì, tao chỉ bán tạm thời. - Bình nói tiếp, rồi đứng dậy bỏ đi chơi đá cầu.

“Vậy là Bình cũng cảm thấy mặc cảm sao?” Tôi bỗng dưng thấy quý bạn mình hơn một chút.

Mấy hôm sau, tôi không thấy Bình bán nữa, con phố buổi tối bỗng dưng vắng lạ thường. Bình cũng không nói gì khi gặp tôi trong lớp.

Một buổi nọ, lần nữa tôi nghe thấy tiếng rao từ xa của Bình, giọng nghe rõ và dứt khoát hơn, không còn chất nghệ sĩ như trước:

- Bánh mì nóng dònnnn… đây...

Tôi vẫy tay định gọi to, "Bình...", nhưng tôi ngưng ngay. Thay vào đó tôi gọi:

- Bánh mì, bánh mì...

Gặp lại Bình, tôi thấy rất vui nhưng chưa biết nói gì.

- Mày mua mấy ổ? - Bình hơi lầm lì.

- Hai ổ. - Tôi nói, dù không chắc mình sẽ ăn hết.

- Thôi tao đi. - Bình nói nhanh, sau khi mở cần xé lấy bánh ra và chuẩn bị đứng dậy.

- À khoan, tao muốn hỏi mày cái này.

- Cái gì?

- Bán bánh mì có khó không?

- Dễ ẹc.

Bình nói dứt khoát, rồi lên giọng đàn anh:

- Cái khó là mày phải tập rao cho hay để người ta nghe mà gọi mua. Nhưng sao mày hỏi?

- Tao định đi bán bánh mì như mày.

- Mày bán bánh mì? Để làm gì?

Bình phá lên cười.

- Tao bán để biết thôi. Vả lại nếu có thêm chút tiền cũng hay.

Tôi chợt nghĩ đến mấy con cá lia thia đang đói bụng trong bể cá ở nhà. Dạo này tiền ăn sáng má tôi đưa không đủ cho cả ăn sáng lẫn mua cá lia thia.

- Mày nói thiệt chứ? - Bình vui vẻ hỏi.

Tôi gật đầu:

- Thiệt chứ.

- Vậy mày đi bán với tao vài bữa coi sao.

Thế là tôi theo Bình thử bán bánh mì ban đêm.

Dĩ nhiên, tôi giấu chuyện này với ba mẹ và bạn bè. Tôi dự tính sẽ theo Bình bán bánh mì từ sáu giờ đến gần tám giờ là xong, và chỉ bán khoảng ba ngày một tuần. Tôi nói với ba là đi qua nhà bạn chơi.

Tính toán xong xuôi, chiều đó tôi hẹn gặp Bình tại lò bánh mì ở phường 3 của thị xã. Trời vừa nhá nhem tối thì lò đã đông nghịt người đến lấy bánh. Tôi nghe Bình nói lò này mới mở mà bánh nướng ngon, bột nở vừa phải, bánh không bị bể, không cứng, quan trọng nhất là cho tiền lời cao. Bán mười ổ lời được một ổ bánh mì không.

- Bột nở quá là sao? - Tôi thắc mắc.

- Bánh mì dùng bột lên men, khi nó nở ra thì sẽ làm bánh xôm xốp như vầy.

Bình lấy một ổ bánh mì bẻ làm đôi chỉ vào ruột bánh cho tôi thấy, rồi nói tiếp:

- Có lò bánh mì tham quá, cho bột nổi nhiều khiến bánh xốp rỗng ruột ăn như bông gòn, không ngon. Mày phải lựa lò làm bánh ngon thì bán mới được nhiều.

Tôi nhìn vào lò bánh.

Lúc này, một mẻ bánh mì vừa ra lò, chú thợ làm bánh mặc áo thun ba lỗ, người đổ mồ hôi kéo cái khay ra từ lò than hừng hực đỏ. Trên cái khay đen thui có hàng chục ổ bánh mì vừa nướng xong vàng ngậy thơm phức. Chú cầm cây cọ quét bơ làm từ cuống lá chuối, nhúng vào chén bơ vàng bên cạnh, dùng cây cọ phết đi phết lại hai bên hông chiếc bánh mì tròn dài như một nghệ sĩ đang sơn tác phẩm nghệ thuật.

Xong chú đẩy khay bánh đã trét bơ vào cái giá gỗ kế bên. Tôi ước tính có đến hàng trăm ổ.

Đang chăm chú nhìn thì Bình kéo tay tôi, nói:

- Giờ mình phải làm ổ than rồi mới lấy bánh mì.

Làm ổ than là chuẩn bị than nóng cho vào cần xé, để giữ bánh mì nóng ấm.

Bình kéo hai cái cần xé đan bằng mây tre, một cái to và một cái hơi nhỏ hơn ra giữa sân, cẩn thận lấy miếng vải bố dày lót dưới đáy cần xé, rồi để cái khay kim loại màu đen lên phía trên. Tôi nhìn kỹ, thấy khay là cái nắp nồi cũ bằng gang sắt lật ngược.

- Mày phải lót miếng bố cho kỹ để không bị phỏng. Nhiều thằng làm ổ than ẩu nên than bị lọt ra ngoài, cháy miếng vải bố làm phỏng lưng. Phải lựa than đỏ, đã cháy hết gỗ rồi để không có mùi khói.

Bình vừa làm vừa nói.

Sau đó, Bình đến gần lò, gắp mấy cục than đỏ bỏ vào giữa cái khay bằng gang sắt, cậu ta lấy thêm một cái khay khác, cũng là một cái nắp nồi, úp ngược lên. Những hòn than đỏ nằm giữa hai cái nắp úp ngược vào nhau.

Tôi làm theo lời Bình chỉ, chuẩn bị một ổ than cho cần xé của mình. Bình gật gù khen:

- Mày coi vậy mà cũng thông minh hén, tao dạy một cái đã biết làm.

Tôi được khen, khoái chí nhe răng nhìn Bình cười.

- Giờ thì mày đếm bánh. Hôm nay tao lấy hai cần xé để tên tao, mày chỉ việc đi theo bán phụ thôi. - Bình tiếp tục chỉ dẫn.

- Khi bán quen rồi thì mày tự lấy bánh rồi tính tiền. Ông chủ ở đây tốt lắm, bán không hết không phải ôm.

- Ôm là sao? - Tôi ngước lên hỏi Bình.

- Ôm nghĩa là bán bánh mì không hết thì mày vẫn phải trả đủ tiền bánh. Ở đây bán không hết được trả lại lò. Mày cũng chỉ nên lấy vừa đủ để bán.

Hôm nay tao đưa mày 30 ổ, để xem mày bán được bao nhiêu.

Bình vừa nói vừa xếp bánh mì vào cần xé nhỏ hơn cho tôi.

Từng chiếc bánh được Bình khéo léo xếp đứng dọc thành cần xé, theo dãy vòng tròn từ ngoài cùng rồi vào trong, sau đó thêm một hàng bánh từ dưới lên trên, điệu nghệ như một nghệ sĩ sắp đặt tác phẩm trưng bày.

- Thường một ngày mày bán bao nhiêu ổ? - Tôi tò mò hỏi.

- Mỗi lần tao lấy 50 ổ cho cần xé bự, bán hai vòng thị xã, có hôm bán được thì đảo thêm một vòng gần khuya, bán được khoảng 150 ổ.

Thoáng cái, 50 ổ bánh mì đã nằm gọn gàng trong cần xé của Bình và 30 ổ nằm chật chội trong cần xé của tôi (vì tôi cũng xếp theo nhưng không đẹp bằng Bình).

Đột nhiên, Bình hỏi:

- Mày có đem theo áo mưa dày không? Ở đây chủ lò có mấy miếng vải bạt dư, mày mang theo làm áo mưa.

Tôi nhìn xung quanh khoảng sân xi măng rộng trước lò bánh, cũng nhiều đứa cỡ tuổi tôi và Bình đang đếm bánh mì xếp vô cần xé. Tôi tò mò nhìn sâu vào phía trong lò, có chú kia ở trần, bụng hơi phệ, mặc quần đùi, tôi đoán là chủ lò bánh. Chú chủ lò cũng chạy tới chạy lui bưng bột và phụ đưa bánh vào lò nướng.

- Đi mày! - Bình nói như ra lệnh.

Tôi cúi người, lấy sợi dây dài của cần xé móc lên vai, cảm nhận sức nặng của cần xé đầy bánh và làn hơi âm ấm tỏa ra từ dưới đáy, nơi có những cục than đỏ rực.

Trời đã tối sầm, mưa phùn lất phất, tôi khoác áo mưa rảo bước theo sau Bình dưới ánh đèn đường yếu ớt, vừa vui, vừa hồi hộp vì lần đầu tiên được mang trên vai nhiều bánh mì thơm ngon như vậy.

Cả hai đứa bước qua vài con hẻm đi tắt từ lò bánh ra khu vực gần chợ.

- Khu này của tao và thằng Tám, mày cứ rao bán thoải mái, đừng lo.

- Là sao, tao không hiểu? - Tôi hỏi.

Bình nhìn tôi nghiêm nghị, nét mặt trầm ngâm như đang nói về bí mật quốc gia:

- Mỗi khu vực bán bánh mì đều có người bán, đã phân định rõ ràng. Mày đừng đi bán lung tung, coi chừng bị giật đánh.

Tôi nghe mà toát mồ hôi lạnh. Thì ra bán bánh mì cũng có chia phần thị trường, trật tự cao thấp. Tôi chỉ nghĩ đơn giản là nếu đi bán mà không hết thì đem về ăn, vì bánh mì cũng ngon mà.

Đang miên man nghĩ, thì đã thấy Bình cất tiếng rao:

- Bánh mì nónggg... dònnn... đâyyyy... Mì nóng đây....

Giữa đêm tối, nhìn dãy nhà ven chợ tối om, tiếng rao của Bình sang sảng khiến tôi giật mình.

Bình khều tay tôi nói:

- Sao mày không rao bán?

Tôi nghe theo, lấy hết sức bình sinh lên giọng:

- Bánh mì mì... nóng... nong...

Bình quay lại nói:

- Sao giọng mày như gà mắc đẻ vậy, cứ la to thoải mái, không ai để ý đâu.

Tôi bắt đầu thấy quê và sợ. Lúc đầu xin đi theo bán bánh mì vì niềm đam mê ăn uống, giờ mới vào cuộc vài tiếng mà đã thấy vất vả, còn phải rao giọng nghe cho hay và to nữa...

Thôi kệ, đã đi bán rồi thì phải cố thôi. Tôi lấy hơi và rao:

- Bánh mì nóng dòn đây...

Bình quay lại nhìn tôi cười to. Tôi cũng phá lên cười văng vẳng trong đêm.

- Ê, bánh mì! - Một bà cô mặc đồ bộ ở phố chợ kéo cửa sắt cọt kẹt, ngoắc ngoắc tay kêu to.

Bình và tôi nghe tiếng gọi, từ từ tấp vào.

- Cô lấy mấy ổ? - Bình hỏi.

- Hai ổ.

Bình thoăn thoắt hạ cần xé xuống, mở bao bố che, lấy hai ổ bánh mì bán, cầm tiền, rồi đếm tiền thối cho bà cô đang mặc đồ bộ bằng vải thun. Tôi nhìn thằng bạn cùng lớp, thấy cách Bình đếm tiền nhanh như má tôi, trong lòng nể phục hết sức.

- Đi tiếp mày! - Bình gọi.

Chúng tôi đi tiếp qua nhiều con phố, tôi cũng bắt đầu bán được vài ổ bánh, nhưng tiền thu và thối đều do Bình cầm. Hơn hai giờ đồng hồ mà cần xé bánh mì của tôi vẫn còn đầy.

Đến căn nhà nọ trong một con hẻm, Bình cố tình kêu to:

- Mì nóng đây...

Cửa nhà hé mở, một bác gái tóc bạc bước ra. Bình nói nhỏ:

- Mối ruột của tao, nhà này mỗi tuần đều mua năm ổ.

- Cho bác năm ổ. - Bác chủ nhà tóc bạc nói.

- Ủa, hôm nay sao có hai người bán bánh mì? - Bác nhìn tôi hỏi.

- À đây là bạn con, đang học nghề... - Bình giải thích.

Bác tóc bạc đang cầm bánh mì chợt xoay qua phía tôi. Đèn trong nhà sáng rọi ra, nên tôi nhìn bác không rõ mặt.

- Con còn đi học không? - Bác hỏi tôi.

- Dạ còn.

- Tội nghiệp, thôi bác mua cho con thêm hai ổ nữa.

Tôi còn đang băn khoăn thì bác chợt nói vọng vào nhà:

- Bé Hai ơi, lấy tiền cho ngoại.

Một con bé tóc tém cao khoảng bằng tôi chạy vọt nhanh từ trong nhà ra ngoài. Tôi nhìn mặt cô bé không rõ lắm vì đèn ngược sáng, nhưng tôi nhớ cái dáng dong dỏng cao, mái tóc tém buộc bằng dây thun, gương mặt tròn tròn như ổ bánh mì.

- Thường khi đang học mà đi bán bánh mì sẽ khó học giỏi vì không tập trung được.

Bác chủ nhà tóc bạc nói nhỏ khi lấy bánh của tôi. Tôi không biết là bác đang nói với tôi hay đang nói với bé Hai.

Tối đó bán bánh mì xong, tôi về nhà nằm suy nghĩ.

Bình cho tôi hai ổ bánh để đem về ăn, nhưng tôi không thấy ngon nữa. Tôi chẳng còn thấy bánh mì ngọt thơm khi ăn với sữa như những ngày đầu. Bánh hôm ấy hình như có vị mặn của mồ hôi, không biết của tôi hay của Bình lẫn vào vỏ bánh.

Hai hôm sau, khi tôi đang phân vân chưa biết có nên đi bán tiếp với Bình không, thì Bình nói với tôi:

- Tao có việc mới rồi, đi phụ coi cửa hàng chơi bấm điện tử nên sẽ không bán bánh mì nữa. Mày muốn thì tao giới thiệu với chủ tiệm bánh mì để tự đi bán...

Tôi nghĩ một lát rồi nói:

- Thôi, tao không bán nữa.

*

Cuối năm đó, lên lớp 7, tôi chuyển qua học lớp khác. Tôi tạm biệt Bình, tạm biệt đám bạn đá cầu, làm quen với lớp mới và bạn mới.

Ngày đầu tiên bên lớp học mới, tôi đang lơ ngơ ngồi ở một góc bàn cuối lớp, thì có giọng nói:

- Bàn này có ai ngồi chưa bạn?

Tôi ngước lên nhìn.

Một cô gái tóc tém, dáng người dong dỏng cao, gương mặt tròn tròn như ổ bánh mì đang nhe răng khểnh cười với tôi.

Tôi chợt nhớ đêm đầu tiên và duy nhất đi bán bánh mì, nhớ cơn mưa phùn lất phất, nhớ cái dáng thằng Bình khom khom vác cần xé bánh mì đi trước tôi...

Trứng nhãn

Thủa bé tôi đã mê ăn nhãn.

Lần đầu cho tôi ăn trái nhãn, ngoại đã la chừng tôi. Ngoại nói tôi ăn nhãn phải cẩn thận, tách nhãn ra phải coi chừng hột, lỡ nuốt luôn hột nhãn vào là mắc nghẹn cần cổ chết. Chưa hết, ngoại còn nói nuốt hột nhãn vào bụng sẽ mọc thành cây. Tôi tưởng tượng có cái cây mọc trong bụng mình thì sợ quá, lúc nào cũng cẩn thận tách hột nhãn ra rồi mới ăn.

Nhãn Bạc Liêu vỏ vàng, cơm dày, hạt nhỏ, vị ngọt thanh hơi gắt, có mùi thơm nắng ngọt thoang thoảng khi đưa lên gần miệng. Vỏ nhãn mỏng, dễ vỡ, chảy ra lớp nước ngọt trong trong mát lịm. Tôi vừa cắn trái nhãn, húp trọn chút nước ngọt vừa xịt ra, vừa cẩn thận dùng lưỡi lùa hột nhãn vì sợ mắc nghẹn.

Mỗi lần ngoại đem nhãn cho, tôi chỉ được vài chục trái nên tôi quý lắm. Ngoại chỉ tôi lột lớp vỏ cứng bên ngoài trái nhãn thành "trứng nhãn" để dành ăn từ từ. Tôi lột được vài trái, sau đó mất kiên nhẫn bỏ vào miệng ăn hết cả "trứng" lẫn "thịt nhãn". Dần dần, tôi học được tính kiên nhẫn, lột được nhiều "trứng nhãn" mà không bị bể.

Biết tôi thích ăn nhãn nên ba tôi hay nói:

- Con học giỏi thì ba chở ra vườn nhãn chơi.

Vườn nhãn lúc đó ngoài biển Bạc Liêu, cách trung tâm thị xã nhà tôi ở vài cây số. Chạy xe Honda ì ạch khoảng nửa tiếng là đến nơi. Con đường từ thị xã ra biển tuy ngắn nhưng lúc đó là đường đất đỏ, mùa nắng đầy bụi đỏ mịt mù, mùa mưa bùn sình, loang loáng nước đầy ổ trâu, ổ gà.

Một lần, ba tôi chở tôi đi vườn nhãn, mặc dù lúc đó tôi học chả giỏi gì. Hôm đó trời vừa mưa xong, hai cha con ngồi trên chiếc Honda 67 chạy gần đến nơi thì hai bánh xe đã dính đầy sình và cát, dán chặt vào vè xe, che hết căm xe. Có lúc xe chạy không nổi, ba tôi phải dẫn bộ.

Con đường vào nhà của bạn ba tôi rẽ phải từ đường chính đất đỏ ngoài lộ tẻ. Con đường này còn nhỏ hơn con đường chính, lại gập ghềnh ít người và xe, còn phải đi qua một cái cống ngăn nước mặn từ biển vào. Trời mưa, con đường trơn trợt, ba tôi lái xe xém té mấy lần. Đến cổng, ba phải dắt xe qua cho an toàn. Tôi lẽo đẽo theo sau, tự hỏi: "Đi ăn nhãn thôi mà sao khổ vậy?"

Nhà chú Hó, bạn ba tôi, nằm khuất một góc bên trong khu vườn nhãn rộng. Căn nhà lá rộng một gian, quây quần mọi sinh hoạt gia đình một chỗ. Đất vườn nhãn Bạc Liêu là đất pha cát nên đi chân trần cảm giác chắc, ít lún, và ít dơ hơn đất sình. Tôi thích quá, cứ lấy gót chân ấn mạnh vào đất cát xoay xoay thành những vết tròn lõm đều.

Đó là lần đầu tiên tôi nhìn thấy nhiều cây nhãn cao to như những cây cổ thụ trong phim cổ tích. Tôi ngước cổ nhìn từng chùm nhãn chín căng mọng, đu đưa trước gió, trên vỏ còn bám chút nước sau cơn mưa vùng biển.

Anh Hải, con chú Hó, nhìn tôi hỏi:

- Mày thích ăn nhãn hông?

Tôi gật gật đầu. Anh Hải nhanh tay với cây sào có cái lồng bung ra đưa lên cao. Chỉ vài cái quơ nhẹ của anh là nguyên chùm nhãn đã nằm gọn trong lồng.

- Cho mày nè.

Tôi không khách sáo, cầm lấy cả chùm ăn ngon lành. Còn vài trái tôi bỏ vào túi làm kỷ niệm. Ăn xong, anh hỏi tôi:

- Mày ăn trứng chim không?

- Là sao?

Tôi đi theo anh vào lùm cây bụi sâu phía trong vườn. Anh Hải thoăn thắt tách mấy bụi cây dại bên dưới gốc nhãn, tìm ra được một ổ chim. Anh thò tay vào trong nói như reo:

- Có bốn trứng, tao lấy hai trứng, để lại hai trứng cho nó lớn lên.

- Ăn trứng sống hả anh? - Tôi há mồm hỏi.

- Chứ sao, để tao chỉ cho mày ăn.

Anh thò tay vào túi áo, lấy bịch muối hột mang sẵn tháo ra, để vương vãi trên mặt bẹ chuối xanh dưới đất. Ở miền biển, muối hột là những hạt muối biển thô, nho nhỏ khô ráp như hạt tiêu. Người ta làm muối từ nước biển tinh cất ngoài ruộng muối.

- Mày coi nè.

Anh cầm một quả trứng chim vàng vàng to bằng ngón tay cái lên, lấy ngón trỏ búng vào đầu nhọn của quả trứng nghe cái tách. Quả trứng móp hẳn vào bên trong. Anh cẩn thận bóc một miếng vỏ trứng ra, để lộ bên trong lòng trứng vàng ươm long lanh trong lòng trắng. Anh cầm vài hạt muối biển, bỏ vào trứng, sau đó đưa lên miệng, nút một cái ực.

Tôi bắt chước anh, búng một cái lên đầu trứng, bóc ra một mảng, rồi bỏ vài viên muối hột vào trong và nuốt chửng một lần. Cái tanh tanh của lòng trắng, vị mặn của muối biển, và vị ngọt bùi beo béo của lòng đỏ trộn lẫn thành một loại trứng ốp la ngon khó tả trong miệng.

- Mày ăn nữa không? - Anh Hải hỏi tôi.

Tôi thật thà gật đầu, vẫn còn thèm sau khi ăn một cái trứng nhỏ xíu:

- Dạ nữa.

Anh Hải đứng dậy, đi thẳng vào phía sau vườn. Tôi lọt tọt chạy theo. Cả hai chúng tôi lách người qua những bụi cây nằm sâu trong vườn nhãn, hướng về cánh đồng muối.

Chỉ một thoáng, anh Hải đã tìm thêm được ba trứng trăng trắng có vài đốm nâu trong những tổ chim thấp thoáng trong lùm. Anh đưa tôi một trứng, còn lại bỏ hai trứng trong túi áo trước ngực. Tôi nhanh chóng lấy ngón tay trỏ búng tách vào đầu nhỏ, mở vỏ trứng, bỏ hạt muối biển vào và nuốt ngon lành.

Anh Hải tiếp tục dẫn tôi đi hết khu vườn nhãn, băng qua một con đường đất, đến cạnh căn nhà lá nhỏ có lu nước màu nâu đất phía trước. Tôi đang thắc mắc không biết anh Hải làm gì thì anh đến gần bên nhà kêu:

- Bé Na, bé Na. Có trứng cho mày nè.

Có tiếng mở cửa ọp ẹp. Một cô bé tóc thắt bím, mặc đồ bộ màu vàng nâu có vài chấm bi đen đã ngả màu, dáng người nhỏ nhắn từ từ đẩy cửa, lách người bước ra. Hai bàn tay bé xíu lần mò thanh cửa tre, từ từ mở rộng, rồi bước ra ngoài sân. Cô bé nhìn thẳng, dò dẫm chầm chậm về phía trước. Tôi ngạc nhiên nghĩ cô bé chắc không thấy hai anh em chúng tôi đứng bên hông nhà.

- Nó bị mù. - Anh Hải thì thào nói nhỏ vào tai tôi.

- Anh Hải hả?

Bé Na lên tiếng, miệng nở nụ cười có hàm răng trắng hếu, đôi mắt tròn xoe nhìn thẳng vào một nơi xa xăm. Đó là lần đầu tiên tôi gặp một người bạn mù. Tôi vừa ngạc nhiên vừa lo lắng nhìn Na từng bước dò dẫm đi ra ngoài. Tôi nhắm mắt, tưởng tượng mình không thấy đường như Na thì sao. Cả một trời tối om làm tôi giật nảy vội vàng mở mắt ra ngay.

- Bữa nay tao có hai cái trứng cho mày.

Anh Hải hí hửng thò tay vào túi bóc ra hai trứng. Bé Na nghe tiếng anh Hải nên xoay người qua, từ từ bước gần lại chúng tôi. Anh Hải một tay cầm hai cái trứng, tay kia nắm lấy tay bé Na bỏ trứng vào.

Tôi thoáng nghĩ bé Na là người ở đây, nên chắc sẽ biết kiểu ăn trứng búng tách rồi bỏ muối vào. Nhưng tôi cũng biết là Na bị mù, nên không chắc cô bé có thể búng ngón tay chính xác hay không. Bé Na cầm một quả trứng lên, bàn tay xoay xoay trứng rồi đưa gần lên mũi ngửi ngửi:

- Thôi em không ăn.

Tôi buột miệng:

- Ngon lắm, ăn đi.

- Ai vậy?

Bé Na nhìn thẳng về phía tôi hỏi. Cặp mắt đen, hai mí to tròn, ở giữa có cánh mũi phập phồng của Na làm tôi thoáng giật mình.

- Thằng này là Quỳnh, bạn anh ở ngoài chợ Bạc Liêu vào chơi. - Anh Hải nói.

- Dạ. - Bé Na gật đầu nhẹ chào tôi.

- Sao mày không ăn? - Anh Hải hỏi.

- Em ngửi được trứng này sẽ nở thành chim con. Em chỉ ăn trứng không nở. - Bé Na giải thích

- Làm sao mày biết? - Tôi tò mò hỏi, thoáng nghĩ, "Anh Hải mắt sáng mà còn chả biết trứng nào sẽ nở chim con."

- Nó có mùi khác. - Bé Na nói, mắt vẫn không chớp nhìn chằm chằm vào tôi.

- Còn trứng kia? - Anh Hải xen vào.

Bé Na cầm trứng kia lên mũi hít hít:

- Trứng này cũng sẽ nở ra chim con, không ăn được.

Tôi ngạc nhiên quá, không ngờ một cô bé mù có thể đoán được trứng chim nào sẽ nở. Về sau tôi biết người mù có những giác quan khác nhạy cảm hơn người bình thường, như một luật bù trừ cho những khiếm khuyết của họ.

Lòng tôi chợt chùng xuống khi nghĩ đến hai quả trứng vừa ăn. "Nếu lỡ nó nở thành chim con thì sao nhỉ?" Tôi chợt nhớ đến "trứng nhãn" của ngoại, trứng làm từ những trái nhãn.

- Mày biết trứng nhãn không?

- Trứng nhãn là sao hả anh? - Bé Na hỏi.

- Là làm từ trái nhãn đó.

- Trái nhãn? - Anh Hải thắc mắc.

Thì ra ở đây là vườn nhãn, trái nhiều quá nên anh Hải muốn ăn chỉ việc bẻ xuống. Còn tôi thì ít khi được ăn nhãn nên phải tiết kiệm. Mỗi lần ăn, tôi đều lột chầm chậm lớp vỏ nâu vàng bên ngoài trái nhãn, để lộ ra lớp vỏ trắng muốt bên trong nhìn như những cái trứng nho nhỏ để ăn từ từ.

- Để em làm thử. - Tôi nói nhanh.

Tôi thò tay vào túi áo lôi ra mấy trái nhãn còn lại, lột vỏ bên ngoài làm trứng nhãn. Một lát sau, trái nhãn nâu vàng sừng cứng biến thành trái trứng trắng mềm mềm.

- Cho mày nè. - Tôi bắt chước anh Hải, cầm tay bé Na bỏ vào trái nhãn vừa lột vỏ xong.

- Cảm ơn anh.

Bé Na lí nhí, rồi đưa trái trứng nhãn lên mũi ngửi như một thói quen.

- Cái này mềm mềm lạ quá, không giống trái nhãn em hay ăn. Trứng này sẽ không nở ra chim con nên ăn được. - Bé Na gật đầu nói.

Tôi và anh Hải không nhịn được, cùng há miệng cười. Bé Na cũng nhe răng sún cất tiếng cười theo, làm một góc vườn đột nhiên bừng sáng. Lúc ấy, tôi chợt quên đi là bé Na bị mù.

- Trứng nhãn đẹp không anh? Nó màu gì vậy? - Bé Na hỏi tôi.

- Đẹp. Nó màu trăng trắng.

Nói xong, tôi chợt hối hận vì không biết bé Na có bao giờ nhìn thấy màu sắc.

- Hồi xưa trước khi bệnh, em thấy màu bình thường. Sau khi bệnh nặng, sáng thức dậy thì em không còn thấy gì nữa. Anh chỉ em làm trứng nhãn đi.

Tôi nhìn anh Hải rồi thò tay vào túi lấy thêm trái nhãn dụi vào tay bé Na.

- Mày phải tìm cuống của trái nhãn, rồi lấy móng tay lột nhẹ ra như vầy. Mày phải làm chậm, không thì vỏ nhãn bị bể, nước xịt ra ngoài.

Tôi vừa nói vừa thò tay vào túi lấy một trái nhãn khác rồi từ từ lột vỏ.

Chợt tôi nhận ra mình đang "hớ". Tôi đang dạy Na cách lột nhãn của người không bị mù. Thế nên, tôi nhắm mắt lại, cố đoán xem mình sẽ lột trứng nhãn thế nào nếu không nhìn thấy đường. Ngón tay cái tôi xoay xoay quanh trái nhãn tìm ra cuống. Tôi từ từ bẻ cuống ra và chợt có cảm giác mát lạnh đầu ngón tay. Trái nhãn tôi bẻ quá nhanh nên bị vỡ, nước ngọt trong trái tràn ra ngoài.

Lần đầu tiên tôi cảm nhận sự khó khăn khi nhắm mắt lột vỏ nhãn và thấy mình đồng cảm với người mù. Lần đầu tiên tôi thấy thật khó khăn khi làm những việc tưởng chừng như bình thường.

Tôi thò tay vào túi tìm thêm một trái nhãn khác để lột vỏ lại. Ngước nhìn lên thì thấy bé Na dò dẫm tìm cuống trái nhãn, bẻ nhẹ ra. Cũng như tôi, trái nhãn bé Na bị vỡ trào nước ra ngoài.

- Anh còn trái nào nữa không?

Tôi thò tay vào túi, lấy ra một trái nhãn nữa đưa cho bé Na. Cô bé mân mê cuống trái nhãn, rồi bẻ nhẹ ra. Tôi nín thở thấy lớp vỏ trắng trắng bắt đầu he hé.

- Từ từ, từ từ, mày coi chừng bể. - Tôi nói nhanh. Chưa hết câu thì trái nhãn bé Na bị xịt nước.

- Anh còn nữa không? - Bé Na hỏi. Tôi thò tay vào túi mò thì thấy trống trơn.

- Tụi mày đợi tao. - Anh Hải nói như reo rồi chạy ngược vào vườn. Một lát sau, anh trở lại với chùm nhãn to.

- Nè, cho mày. - Anh Hải nói rồi dúi vào tay Na cả chùm nhãn.

Bé Na đứng giữa sân, hai tay mân mê chùm nhãn. Na cẩn thận tìm cuống và bẻ một trái nhãn ra khỏi chùm. Cô bé ngồi chồm hổm xuống trước hiên nhà, hai tay mân mê trái nhãn tìm cuống. Tôi và anh Hải nín thở khom người, nhìn vào hai bàn tay nhỏ xíu của Na. Lần này, Na bẻ cuống nhãn ra sau thật chậm, ngón tay kia rờ rờ chỗ vừa bẻ để biết chắc vỏ không bị bể. Cô bé làm thật chậm, thật chậm.

Cuống trái nghiêng qua một bên, để lộ phần vỏ mỏng màu trắng.

- Từ từ nhe mày, chưa bể.

Tôi nói như reo. Na không hấp tấp, cẩn thận kéo nhẹ cuống trái nhãn, để lộ một khoảng tròn trăng trắng.

- Mày rờ thấy chỗ mềm mềm bị thụt không? Đó là phần vỏ mỏng mình phải giữ trong khi ráng tách ra phần vỏ cứng bên ngoài. Mày nhớ chỉ bóc vỏ cứng ra từng miếng từng miếng nhỏ thôi. - Tôi nói chầm chậm như giảng bài.

- Dạ.

Na lấy ngón tay trỏ mò mẫm, rồi lấy móng tay bóc nhẹ ra một miếng nhỏ. Thêm một mảng trăng trắng lộ ra trên vỏ nâu đen. Lúc này cả ba chúng tôi đã ngồi bệt hẳn xuống đất. Tôi và anh Hải chăm chú nhìn không chớp mắt vào trứng nhãn Na đang lột ra dần dần.

Na cẩn thận dùng ngón trỏ rờ đi rờ lại, trước khi chầm chậm bóc ra một mảng vỏ mới. Nhìn Na bóc vỏ, tôi có cảm giác như đang ngắm nhìn một nghệ sĩ điêu khắc cần mẫn đục đẽo, mà chỉ một sơ suất nhỏ tác phẩm sẽ vỡ toang.

Khoảng trắng dần dần lộ ra. Trái nhãn đen thui xù xì dần đổi màu thành trắng ngà mềm mại.

- Chưa bể, chưa bể.

Anh Hải xuýt xoa mỗi khi bé Na bóc ra một miếng mới.

Cả ba đang nín thở nhìn khoảng trắng dần dần lộ ra bên dưới vỏ vàng nâu, thì có giọng phụ nữ thét lên phía trong căn nhà lá:

- Con Na đâu rồi?

Ngón tay đang chầm chậm lột vỏ nhãn của Na chợt giật bắn lên, kéo mạnh. Trái trứng nhãn lập tức rách vỏ, bị xịt nước ra.

- Dạ con ở đây nè má. - Na nói run run.

- Tao nói mày mù, đừng có đi lung tung ra ngoài mà! - Tiếng la càng to hơn từ bên trong.

Đôi mắt mù của Na chợt long lanh. Cô bé đứng lên, bỏ hẳn trái trứng nhãn dang dở dưới đất. Tôi và anh Hải nhìn nhau hiểu ý đứng dậy:

- Thôi tụi tao về.

Tôi đi theo anh Hải, ngước lại nhìn dáng Na lần mò theo khung cửa đi vào trong nhà. Chợt tôi thấy tiếc cho tác phẩm của Na đang dở dang thì bị vỡ nát. Na như đang nỗ lực vượt qua khiếm khuyết của mình thì bị kéo lại. Giá như không có tiếng la từ trong nhà của má, thì có thể cô bé đã làm được trứng nhãn, làm được điều bình thường như một người sáng mắt.

*

Nhiều năm sau, tôi đã có một vườn nhãn tại nhà mình. Ba tôi giờ đã mất. Chú Hó chắc cũng đã lớn tuổi, anh Hải chắc đã vợ con nheo nhóc, bé Na cũng đã là người lớn rồi. Và trong khu vườn nhà tôi bây giờ cũng có vài tổ chim.

Sáng nay tôi làm thử "quả trứng nhãn". Làm xong, tôi ăn cả trứng lẫn trái, chợt nhớ về quả trứng nhãn bị vỡ của bé Na. Nhãn đầu mùa nhà trồng thơm, ngọt và ngon, nhưng vẫn không ngọt như trái nhãn đầu tiên ngoại tôi cho kèm theo lời nhắc: "Con ăn từ từ, coi chừng mắc cổ."

Chuối nướng cứng

- Ba ơi, sao mình gọi chuối này là chuối hột?

Tôi cầm trái chuối to chín mềm, vỏ đã bắt đầu đổi sang màu vàng nâu, hỏi ba tôi khi hai cha con ra vườn chặt buồng chuối hột.

- Vì nó có nhiều hột nên gọi là chuối hột. - Ba tôi trả lời.

- A, vậy người ta gọi chuối cau vì nó nhỏ giống trái cau hả ba? - Tôi hỏi tiếp, thấy hiểu tên chuối cũng không có gì khó lắm.

- Đúng rồi.

- Vậy thì gọi chuối già là vì chuối nó già hả ba?

- À, cái này con hỏi má thử coi.

Khi ba tôi không biết câu trả lời, ba thường bảo tôi hỏi má. Còn nếu má không biết câu trả lời, thì má bảo tôi đi hỏi ba. Ba má tôi hay nói vậy, nghĩ là tôi mau quên, sẽ không hỏi mấy câu khó trả lời nữa.

Mà đúng là tôi mau quên thật. Tôi quên bẵng câu hỏi về "chuối già", cho đến khi ăn chuối nướng.

Nhà tôi mới dọn xuống Bạc Liêu được vài tháng, đầu hẻm có cô Sáu bán tạp hóa với đủ thứ, từ bánh kẹo, bánh tráng, chuối già, chuối chiên và cả chuối nướng. Tôi không biết cô tên thật là gì, chỉ biết cô là con thứ sáu trong nhà nên mọi người trong xóm quen gọi là cô Sáu.

Quầy tạp hóa của cô Sáu là niềm ao ước của chúng tôi. Nơi đó có mọi món ngon trên đời: có siro đá bào hai màu xanh đỏ, ăn vừa lạnh lạnh, vừa xốp xốp, ngọt lịm tan trong miệng giữa buổi trưa hè nóng nực. Có kẹo đậu phộng ngọt bùi, béo ngậy, nhai giòn rụm sau mỗi lần chơi bắn bi. Có bánh quy hình con đuông, khi ăn phải ngậm từ từ trong miệng để cảm nhận vị bột béo của bánh thấm qua lưỡi. Đặc biệt, có một món đặc sản mà tôi đã ghiền ngay từ lần đầu tiên ăn thử, đó là chuối nướng.

Chuối xiêm vừa chín tới, có lớp vỏ vàng đều, phần đầu còn chút màu xanh, lột vỏ ra còn kéo chỉ, đặt lên nướng trên vỉ than hồng. Chuối xiêm chín quá, lúc nướng sẽ bị teo, khiến vài chỗ cháy sém, có nhiều mật vàng, ăn tuy ngọt dẻo nhưng không ngon. Ngược lại, nếu chuối chưa đủ chín, lúc lột vỏ ra sẽ còn mủ, khi nướng lên trái ít mật, cứng, màu trắng trắng chứ chẳng vàng, nhìn không đẹp.

Cô Sáu thường chọn những trái chuối xiêm vừa chín tới, nướng lên sẽ vàng đều, mềm dẻo, bẻ đôi có mật ngọt chảy ra, không bị cháy đen hay bị cứng. Ăn chuối nướng sau cơn mưa là món khoái khẩu của tôi, nhất là sau những trận đá banh dưới mưa, về nhà tắm xong, thay đồ sạch sẽ, chạy ra đầu hẻm làm một trái chuối nướng thì còn gì bằng.

Thi thoảng, tôi cũng được ăn vài trái chuối già mà cô Sáu bán. Chuối già miền Tây là loại chuối già hương, dài, thon, dẻo và thơm, khác với chuối xiêm tròn mập. Chuối già muốn ăn ngon phải đợi thật chín, là lúc có vài đốm thâm đen xuất hiện ở thân. Tuy cô Sáu bán cả chuối xiêm và chuối già, nhưng tôi chỉ thấy cô lấy chuối xiêm nướng. Tôi đem thắc mắc này hỏi cô:

- Cô Sáu ơi, sao mình không nướng chuối già, mà chỉ nướng chuối xiêm vậy cô?

Cô Sáu nhìn tôi cười:

- Cô không biết, nhưng cô chưa thấy ai nướng chuối già.

Cứ vậy, tuần nào tôi cũng ghé tiệm cô Sáu, vừa ăn vừa chăm chú nhìn cô thoăn thoắt lật qua lật lại hàng loạt trái chuối, dùng quạt mo cau phẩy phẩy lò than. Thỉnh thoảng đi học về, tôi phải dừng lại, hít hà mùi chuối nướng đầu hẻm rồi mới chạy vào nhà.

Bỗng một hôm, tôi ghé tiệm mua chuối nướng, nhưng không thấy cô Sáu đâu. Thay vào đó, có một chú lớn tuổi, để râu quai nón, đang ngồi co chân phẩy phẩy quạt lò than.

Chú nhìn tôi cười:

- Con mua chuối nướng hả?

- Dạ. Mà bữa nay cô Sáu không bán hả chú?

- À, hôm nay cô Sáu ra chợ bán rồi, chú là chú Tư, anh của cô Sáu.

Tôi ít thấy đàn ông bán tạp hóa. Khi đi chợ, đa số các quầy đều do phụ nữ ngồi bán. Có lẽ vì đàn ông lúc bán hàng nói chuyện ít khéo léo hơn? Thế nên, thấy chú Tư bán tạp hóa tôi ngạc nhiên lắm.

- Vậy khi nào cô Sáu về hả chú?

- Chú không biết, giờ thì mỗi ngày chú sẽ bán ở đây.

Tôi nhìn những trái chuối nướng hôm nay. Chú Tư chắc chưa đủ kinh nghiệm, nên nướng có trái khét vàng một bên, có trái thì chưa chín.

Nướng chuối bằng vỉ than là cả một nghệ thuật trong mắt tôi. Một lần cô Sáu nướng mấy chục trái, hai tay liên lục lật chuối, sau đó, lấy mấy trái đã nướng chín đưa ra ngoài rìa để giữ nóng, còn mấy trái tươi mới thì để vào giữa vỉ. Chú Tư chắc cũng được cô Sáu dạy vài chiêu, nhưng hình như chú chưa rành. Thỉnh thoảng, chú rụt tay lại do hơi nóng hầm hầm từ lò than. Mồ hôi lấm tấm rịn ra hai bên trán trong lúc chú co chân, khom người ngồi phẩy phẩy cây quạt mo cau vào vỉ nướng.

Chú Tư hỏi tôi:

- Con mua mấy trái?

- Dạ hai trái.

Chú loay hoay kiếm giấy báo gói chuối cho tôi. Tôi nhớ cô Sáu thường cắt vỏ chuối ra để riêng, rồi dùng chính vỏ chuối để gói trái chuối vừa nướng xong. Cách này vừa sạch, vừa tiện mà lại đẹp. Chỉ là người cắt cần khéo tay, biết rạch vỏ vừa phải để không chạm thân chuối, mới tách ra cất sang một bên. Chú Tư chắc hôm nay mới ra làm nên chưa biết cách. Tôi nhìn chú Tư loay hoay lấy giấy báo cũ ra gói lại hai trái chuối mà lòng bâng khuâng, liệu người ta có mua của chú nhiều như cô Sáu không khi thấy chú nướng chuối và gói bằng giấy báo?

Một buổi chiều tạnh mưa, tôi đang đạp xe về nhà, liếc sang tiệm tạp hóa, thấy có đến mấy chồng chuối đã nướng xếp cao. Thường ngày, tôi có thể ước lượng cô Sáu bán được nhiều hay ít, dựa vào dãy chuối đã nướng xong xếp ngay ngắn bên thành vỉ. Khi cô Sáu bán thì chỉ có một, hai dãy, vì khách đến mua đều muốn ăn liền khi chuối còn nóng. Chuối nướng để lâu ăn sẽ không ngon, trở nên cưng cứng.

Nhìn mấy chồng chuối nướng xếp cao, tôi đoán chú Tư bán ế. Mùa mưa Bạc Liêu có những cơn mưa dai dẳng khiến ai nấy chỉ muốn cuộn tròn trong nhà. Tôi bóp thắng, chống chân dừng xe đạp, rồi tạt vào tiệm của chú Tư.

- Con mua mấy trái?
- Dạ hai trái.

Tôi móc túi lấy tiền, rồi nói thêm:

- Con lấy thêm hai trái nữa, tổng cộng là bốn trái.

Ăn bốn trái xong chắc khỏi ăn cơm. Tôi định mua hai, nhưng thấy chú còn cả mấy chục trái chưa bán được nên ráng lấy cả bốn trái để ủng hộ chú.

- Con mua để ăn hay mua cho ai mà nhiều vậy? - Chú Tư hỏi.

- Con mua ăn, mà cũng cho...

Tôi nghĩ đến nhà tôi và mấy đứa bạn trong xóm.

- Vậy chú tặng thêm cho con mấy trái.

Chuối nướng hôm ấy bị cứng, do chú Tư lựa quả còn hơi sống, trời lạnh nữa, lò than gần tắt nên mấy trái chuối càng cứng hơn.

- Dạo này chú bán được không chú?

Tôi tò mò hỏi.

- Ế con à. Con còn đi học hả?

- Dạ còn.

- Con học lớp mấy?

- Dạ lớp 7.

- Còn đi học là tốt, hồi xưa chú học đến lớp 5 rồi bỏ học. Đi học sẽ có tương lai. - Chú trầm ngâm.

- Dạ. Sao dạo này chuối bán ít vậy chú Tư?

- Chú không biết, chú vẫn nướng chuối theo lời cô Sáu dặn mà.

Tôi im lặng một lát, rồi nói:

- Con thấy cô Sáu nướng chuối khác chú. Cô tách vỏ ra để riêng làm miếng gói.

- Chú có cắt thử nhưng cắt sâu quá, nhìn trái chuối không đẹp khi nướng.

- Hay là chú để con cắt thử? - Tôi tự nhiên nảy ra ý định.

Chú nhìn tôi một lát rồi cười:

- Ừa, con thử cắt đi.

Chú Tư đưa tôi con dao đen nhỏ, chắc được mài mỗi ngày nên phần lưỡi sáng loáng, sắc lạnh. Tôi cầm nó, nhớ lại cách cô Sáu dùng dao chặt gọn phần đầu và cuống. Sau đó cô cầm chuối tay trái, tay phải chọc mũi dao thẳng vào đỉnh vỏ chuối, từ từ kéo xuống trong lúc tay kia vẫn giữ chặt trái chuối. Rọc vỏ xong, cô bóc nhẹ, cẩn thận lấy trái chuối ra như đỡ em bé vừa sinh. Tôi làm theo y chang.

- Sao con làm được hay vậy?

Chú Tư nhìn tôi ngạc nhiên.

Tôi cũng không ngờ mình khéo tay vậy. Được khen sướng quá, tôi định cắt thêm vài trái nữa cho chú, rồi chợt nhớ ra hôm nay chú bán ế, giờ cắt thêm chuối để nướng chắc chết. Tôi vui vẻ về nhà, tay cầm bịch chuối nướng lạnh cứng, vu vơ nghĩ nếu sau này không học thì đi bán chuối nướng cũng ổn, vì tôi biết cắt rọc vỏ chuối như cô Sáu.

Mấy tuần sau, tôi vẫn thấy dãy chuối nướng bán ế của chú Tư, và chú vẫn dùng giấy báo để gói.

Một lần, tôi đi bộ ra đầu hẻm mua chuối, từ xa đã thấy chú Tư khom khom phía sau quầy tạp hóa vắng vẻ. Tôi rón rén đến gần, thấy chú đang tách vỏ chuối.

Bàn tay trái chú cầm trái chuối run run, tay phải cầm dao thỉnh thoảng giật giật, khiến những đường cắt lộn xộn, có khi đâm hẳn vào trong. Thấy tôi, chú bỏ dao xuống, cười gượng:

- Chú thử cắt vỏ chuối như con nhưng không được. Tay chú bị tật từ nhỏ nên cứ hay bị run khi cầm đồ.

Tôi lặng người đi, né tránh cái nhìn gượng gạo của chú, chuyển sang chăm chú nhìn lò nướng than đang có hàng chục trái chuối nướng xếp lớp. Thì ra, chú Tư bị tật ở tay từ nhỏ nên không rọc chuối đẹp được. Cũng vì tay bị tật hay run mà chú ít lật chuối thường xuyên khi nướng, nên chuối nướng chín không đều, có trái bị khét đen.

Tôi thấy mình khờ thật, cứ tưởng chú Tư bán ế vì không biết nướng chuối. Có ngờ đâu mỗi lần nướng là mỗi lần chú phải nỗ lực thật nhiều. Mặc dù nhìn sơ qua, chẳng ai biết chú bị tật run tay. Tôi ngồi xuống, cắt hộ cho chú vài vỏ chuối rồi về nhà.

Về sau, tôi nhận ra cuộc sống cũng như bán chuối nướng. Có những thứ người ngoài nhìn vào thấy đơn giản và dễ làm, nhưng với người trong cuộc là cả một bầu trời khó khăn.

Chú Tư bán được vài tuần nữa thì tiệm tạp hóa cũng dẹp. Tôi nghe người trong xóm nói chú bán ế không ai mua, nên giờ phải về quê trồng lúa cày ruộng. Tưởng tượng cảnh chú cầm lưỡi liềm gặt lúa với đôi tay run run, giữa cái nóng đỏ lửa của mùa hè, tôi không biết sẽ như thế nào.

Cơn mưa dông bất ngờ ập đến. Nhớ hẹn đá banh với mấy thằng bạn, tôi liền chạy đi tranh thủ đá lúc trời đang mưa. Vừa chạy vừa nghĩ, lát đá banh xong, có lẽ mình sẽ thèm ăn chuối nướng. Tôi thấy nhớ những trái chuối lạnh cứng hôm nào chú Tư cho thêm tôi.

Vạn thọ buổi sáng

- Quỳnh ơi, Quỳnh ơi... Quỳnh ơi!

Năm giờ sáng, con hẻm vắng tanh, bỗng đâu có tiếng gọi vang lên. Lúc đầu chỉ là tiếng thì thầm, về sau to dần to dần, phá tan sự tĩnh lặng lạnh lẽo sáng tinh sương của xóm nhỏ.

Chợt có tiếng chó sủa ăng ẳng. Tiếng gọi im bặt, và mọi thứ trở lại yên ắng.

- Quỳnh ơi... Quỳnh ơi...

Tiếng gọi lại tiếp tục sau khi chó ngưng sủa.

Má tôi thò đầu vào giường, lay lay vai tôi dậy:

- Bạn con đến rủ chạy bộ kìa, dậy đi...

Tôi ú ớ nhỏm dậy, nhớ ra sáng nay có hẹn chạy bộ với thằng Hào trong sân đá banh.

Nhà tôi dọn về thị xã được mấy năm. Tôi đã quen dần với cuộc sống mới, có nhiều nhóm bạn khác nhau, bạn ở trường học, bạn hàng xóm, bạn nuôi cá vàng và bạn chơi đá banh.

Chọn bạn đá banh dễ lắm, chẳng cần nói chuyện nhiều, không cần cùng chí hướng tương lai, không cần kề vai bá cổ, chỉ cần hiểu ý, chuyền đúng banh là trở thành bạn tốt. Tôi và Hào cũng vậy, là bạn đá banh, hai thằng hiểu ý nhau, thường chuyền banh cho nhau, nhưng tôi toàn sút ra ngoài.

Hào hơi thấp người nhưng rắn chắc. Trong sân, Hào hay cột chiếc áo sơ mi màu cháo lòng của mình vào hông, để lưng trần chạy dưới cái nắng chói chang. Lúc tôi mới vào, không bên nào nhận vì sau vài lần xem giò và cách tôi đá banh, ai cũng ngao ngán.

Lý do đơn giản là tôi tuy cao nhưng xử lý banh vụng về. Mỗi lần nhận banh là làm trái banh văng ra cả thước. Hậu vệ đối phương chỉ việc nhẹ nhàng lấy banh từ tôi mà không cần lăn xả. Thêm nữa, tôi hay rê dắt banh lòng vòng, thường là trong phần sân của mình cho chắc ăn để không bị mất banh. Sau vài lần đá như vậy, tôi thường phải đứng nhìn vì ít ai cho tôi vào chơi.

Hào thì khác. Hào gọi tôi vào sân, cho đá ở vị trí tiền đạo cắm, thường gọi là “ăn cắp trứng gà”. Nghĩa là tôi sẽ đứng hẳn phần sân bên kia để đợi banh, khi nào có cơ hội chỉ việc giành lấy banh và sút. Hào nói tôi cao nên chắc chạy nhanh. Hào chỉ đúng một nửa, tôi cao, nhưng tôi không chạy nhanh!

Một lần, Hào chuyền cho tôi rất đẹp. Banh qua hàng hậu vệ và lọt vào khoảng trống trước gôn. Tôi đã cắm sẵn phía trên nên chỉ việc nhận banh và dẫn sút vào gôn. Tôi hơi tham, ráng dẫn banh thêm hai, ba nhịp nữa cho chắc ăn rồi mới sút vào gôn cho đẹp. Ai dè vừa dẫn được hai nhịp, hậu vệ bên kia đã thần tốc chạy về như cơn gió phía sau lưng, thế là tôi mất banh.

Hào bực quá nói:

- Sao mày chậm vậy?

Tôi im re.

Đá banh xong, Hào hỏi tôi:

- Mày có chạy bộ buổi sáng không?

- Không. Bộ mày có chạy hả? - Tôi hỏi lại.

- Ừ. Nhà mày ở đâu, mai năm giờ sáng tao qua rủ mày chạy bộ.

Hào nói dứt khoát, trước khi rướn người đạp xe đi về.

Thế là sáng sớm nay, Hào đến gọi tôi dậy.

Tôi lồm cồm dậy, đi ra phía cửa nói nhỏ:

- Tao nghe rồi.

Tôi tên Huỳnh nhưng trong sân đá banh ít ai gọi đúng tên, vì muốn đọc chữ "H" phải chu môi kéo dài. Kêu đúng tên kéo dài chữ "Huỳnh" kiểu này thì mất banh là cái chắc nên mọi người gọi tôi là "Quỳnh" cho gọn. Lạ là cũng không ai thắc mắc sao lại tên "Quỳnh", vì đó thường là tên con gái, đâu phải tên con trai.

Tôi đánh răng rửa mặt qua loa, thay đồ, xỏ đôi giày vải chạy bộ đã mòn vào, rồi lách người ra ngoài cửa.

Hào đứng đợi tôi, nói:

- Đi qua nhà thằng Tám.

Tám cũng là bạn đá banh chung với tôi, hay đá ở vị trí hậu vệ. Tám lầm lì, thường ít chạy nhưng đá rát và mạnh. Ai dẫn banh xuống gặp Tám đều sợ đôi chân thép của nó.

Ra đầu hẻm, Hào và tôi bắt đầu chạy. Đèn đường vàng chiếu lên hai cái bóng, một cao, một thấp, chạy song song với nhau. Vừa chạy một chút về hướng ngoại ô thì Hào gọi:

- Vô đây!

Đó là một con hẻm tối om, bên ngoài tráng xi măng, chạy vào trong một chút thì đường chỉ toàn là đất và cát. Cái lạnh từ đất buổi sáng thấm qua lớp đế vải mỏng của đôi giày làm tôi tỉnh ngủ hẳn. Hào dẫn tôi đi vòng vòng trong bóng tối, thỉnh thoảng có những ánh sáng le lói từ vài căn nhà thức sớm rọi ra. Qua vài khúc quẹo là đến nhà Tám. Căn nhà lá một gian nằm im lìm giữa hai cây dừa, kề bên cái ao nhỏ, phía trước có hàng rào dâm bụt. Tôi và Hào lách qua cửa rào không khóa vào sân:

- Tám ơi... Tám ơi...!

Vẫn tiếng gọi thì thào đó. Rồi Hào ngưng, trả lại sự tĩnh mịch của buổi sáng. Gió thổi lành lạnh, hàng dừa xào xạc trên đầu tôi.

Cánh cửa gỗ bên hông nhà mở ra, một bóng đen xuất hiện, từ từ khép cửa, rồi men men theo hiên nhà ra sân gặp chúng tôi. Đó là Tám.

Ba thằng không nói gì, tiếp tục đi trong con hẻm vắng ngoằn ngoèo thêm một lát thì ra đường chính của thị xã. Đèn đường sáng choang chiếu xuống giúp tôi nhìn rõ cũng có thêm vài người thức dậy chạy bộ.

- Hôm nay mày chạy lần đầu nên đến phường 7 rồi về, tao và thằng Tám chạy hết vòng thị xã.

Tôi gật đầu nghe mà thấy hơi tức, vì trong sân đá banh tôi chạy cũng được gần cả tiếng mà có mệt gì đâu.

*

Nhưng Hào nói đúng, chỉ chạy một lát, tôi đã thấy hơi oải vì chưa quen. Ba thằng chạy đến phường 7, là khoảng giữa của thị xã trước khi ra ngoài ngoại ô thì tôi dừng lại, thở dốc và ngồi nghỉ. Tám và Hào vẫn tỉnh queo chạy tiếp. Về sau tôi nhận ra là chạy bộ hay làm bất cứ điều gì đều cần sự kiên nhẫn. Có thể không nhiều, nhưng chỉ cần mỗi ngày một chút, thì dần dần sẽ làm được.

Mấy hôm sau, Hào tiếp tục qua rủ tôi chạy bộ. Nhưng giờ Hào chỉ gọi một lần là tôi đã chuẩn bị sẵn sàng, sau đó cùng chạy qua nhà Tám.

Được vài tuần, tôi thấy mình chạy tốt hơn, chạy đến phường 7 mà vẫn còn khỏe. Hào cho tôi chạy chung đến ngã ba xe cảng, là ngã ba ngoại ô gần bến xe quốc lộ 1 từ Sài Gòn chạy về miền Tây, một nhánh rẽ vào trung tâm thị xã Bạc Liêu, còn nhánh kia đi về Cà Mau.

Ra đến ngã ba xe cảng nghĩa là ra đến ngoại ô, con đường im ắng hoàn toàn, chỉ nghe tiếng chạy đều đều của Hào và Tám. Đến đây thì cả hai chạy tiếp về hướng Cà Mau, sau đó vòng lại con đường khác vào thị xã theo hình tam giác. Còn tôi, do công lực yếu hơn nên chỉ chạy đến ngã ba xe cảng rồi chạy ngược về thị xã.

Đến tháng thứ hai, tôi quyết định chạy trọn vòng tam giác như Hào và Tám. Hào cũng gọi tôi sớm hơn, 4 giờ 30 sáng thay vì 5 giờ, vì cả ba phải chạy xa hơn. Tôi chạy dần dần cũng quen thêm mấy người bạn chạy bộ, nghĩa là biết mặt, chào nhau, nhưng không biết tên, chỉ biết cứ đến giờ đó thì họ xuất hiện và đến sáng thì ai về nhà nấy.

Vòng chạy tam giác từ trung tâm thị xã đến ngã ba xe cảng rồi đến ngã ba Trà Kha, sau đó quay về Bạc Liêu có một đoạn chạy trên quốc lộ 1A.

Đoạn đường này chạy ngang qua sân vận động của thị xã, qua những cánh đồng cỏ và ruộng lúa, nhà cửa chỉ vài căn thưa thớt, không có đèn đường nên chúng tôi thường chạy sát mép con đường quốc lộ. Đường lúc này khá vắng, thỉnh thoảng có chuyến xe chở cá sáng sớm từ Cà Mau lên, rọi đèn làm bừng sáng hẳn con đường mờ mờ buổi sáng.

Chạy được một vòng tam giác hết thị xã nghĩa là công lực của tôi đã ngày càng tiến bộ, tôi thấy khỏe hẳn ra. Buổi sáng về nhà tắm xong, người tràn đầy năng lượng chuẩn bị cho một ngày mới.

Vào tháng Giêng, dọc đường quốc lộ 1, chỗ gần sân vận động có một trang trại trồng hoa bán Tết. Sáng sớm tinh mơ chạy ngang khu vườn, mùi hương hoa cúc vạn thọ làm tôi bồi hồi nhớ lúc còn bé. Ngoại tôi thường chưng đôi chậu hoa vạn thọ màu vàng rực, hương thơm nhè nhẹ, đặt ngoài cửa căn nhà mái tôn ở Cái Dầy, mong ước con cháu sẽ được lộc sung túc mùa Xuân. Nhà hàng xóm cũng vậy, chỉ cần vài chậu vạn thọ ngoài sân là đã đủ báo hiệu Tết đến, báo hiệu sắp có tiếng pháo nổ đì đùng. Sau này khi ngoại tôi đã mất, mỗi dịp Tết đến nhà tôi vẫn chưng vài chậu hoa cúc vạn thọ trước nhà.

Một buổi sáng, ba chúng tôi đang chạy dọc theo con đường quốc lộ như thường lệ. Đến trang trại hoa vạn thọ, tôi bỗng thấy hai bóng đen chạy vụt ra từ khu vườn. Nói là khu vườn, chứ thật ra đó chỉ là khoảng đất rộng gần quốc lộ, bày hàng trăm chậu hoa vạn thọ vừa ra bông. Xa xa bên trong là căn chòi lá của chủ vườn để canh giữ, cũng là nơi giao tiếp bán hoa hằng ngày. Có lẽ vạn thọ không phải loại hoa đắt tiền nên chủ vườn để ngoài cùng, bên trong là dãy chậu tắc quýt, còn trong cùng, gần chòi giữ là dãy hoa mai vàng và mai chiếu thủy.

Hai chiếc bóng đen ôm theo hai chậu vạn thọ nhanh chóng vụt chạy đi trước mặt chúng tôi. Phía trước là hai chiếc xe đạp có người đang chờ sẵn. Hai bóng đen nhanh chóng ngồi lên yên sau, ôm theo chậu hoa rồi biến mất.

Ăn cắp hoa vạn thọ giờ này thì đúng là không ai biết, mà cũng không biết ai lấy vì đường còn vắng. Họ lại có chuẩn bị xe đạp nữa nên trốn nhanh, chỉ có dân chạy bộ sáng sớm như bọn tôi mới thấy.

Cả ba đứng yên nhìn một lát rồi chuẩn bị chạy tiếp. Chợt Hào nói:

- Đợi tao chút. - Hào rẽ vào vườn hoa.

- Mày định làm gì? - Tôi vừa hỏi, vừa sợ chủ vườn thức dậy thì chết.

Hào không đáp, đi thẳng đến chỗ vừa mất hai chậu hoa, kéo mấy chậu vạn thọ khác lấp vào chỗ trống, rồi chỉnh thêm mấy chậu xung quanh. Thì ra, Hào che lại chỗ mấy chậu hoa bị ăn cắp làm như chưa có chuyện gì xảy ra.

Chợt có tiếng chó sủa ăng ẳng từ nhà chòi.

Lúc này, đèn trong nhà bật sáng. Có tiếng nói vọng ra:

- Ai đó?

Có tiếng mở cửa, tiếng chó sủa ngày càng to, tôi nghe thấy cả tiếng chân chạy của chó giữ vườn.

- Chạy tụi mày!

Hào thét lên.

Cả ba co giò lên chạy, cứ như chúng tôi là ăn trộm, mặc dù chúng tôi chỉ là... sửa lại hoa cho kẻ trộm. Tôi chạy nhanh như cắt, mặt không còn giọt máu, phần vì sợ chó, phần vì sợ bị bắt gặp. Hào và Tám chạy nhanh hơn tôi, thoáng một cái đã qua mặt, y như lúc bứt phá dẫn bóng trong vòng cấm địa, có điều là bây giờ không ai có trái banh nào, chỉ có con chó nhe răng sủa rượt phía sau.

Tôi cắm đầu chạy một đoạn khá xa mới bắt kịp Hào và Tám đang chờ phía trước. Tôi dừng lại, khom người thở phì phò, nhìn hai thằng bạn cười thoát nạn. Cả ba ngồi nghỉ một lát, rồi đứng lên đi bộ từ từ, rẽ vào ngã ba Trà Kha về thị xã.

- Hoa bán không có bao nhiêu tiền, nhưng sáng thức dậy biết có người ăn trộm chắc chủ vườn sẽ lo. Tao sửa lại để chủ vườn không biết là bị mất trộm.

Hào vừa đi vừa nói.

Tôi thấy cảm phục thằng bạn đá banh này quá, biết nghĩ giùm cho cả chủ vườn hoa lẫn tụi ăn trộm! Nhưng cách phi tang dấu vết này nguy hiểm quá, lỡ người ta tưởng chúng tôi ăn trộm hoa thì mệt. Tôi nghĩ đến ba má tôi ở nhà mà rùng mình, vì nếu tôi bị bắt vì nghi ngờ trộm hoa thì không biết nói sao.

Một hôm, không thấy Tám ra sân đá banh, Hào nói với tôi là má của Tám bệnh nên nó đi làm từ sớm. Tôi thắc mắc, định hỏi Tám làm gì nhưng lại thôi. Thế là chỉ còn hai thằng, một cao một thấp, chạy một vòng tam giác quanh thị xã buổi sáng.

Gần Tết, hoa cúc vạn thọ nở sum suê, thơm phức. Mỗi lần Hào chạy ngang đều dừng lại ngó nhanh xem có mất thêm chậu nào không. Chủ vườn chắc là bán hoa ế, vì đã vào giữa tháng Chạp rồi mà vườn hoa vạn thọ vẫn còn đầy.

- Hình như là tụi trộm quay trở lại. - Một hôm, Hào nói với tôi, chỉ vào khoảng trống vài chậu bị lấy.

Tôi gật đầu ậm ừ. Nói xong, hai thằng nhanh chóng bỏ đi vì sợ chó rượt.

- Mai mày thức sớm hơn chút được không?

Hào hỏi trước khi tôi rẽ vào nhà.

- Được chứ, mà chi vậy?

- Bốn giờ tao tới rủ mày.

Sáng sớm hôm sau, Hào đến rủ tôi lúc bốn giờ sáng. Thường khi tôi chạy đến khu vườn vạn thọ thì đã gần sáu giờ, nhưng hôm ấy thức sớm, nên lúc đến vườn thì trời vẫn tối mịt. Tôi còn đang thắc mắc sẽ làm gì thì Hào chỉ:

- Tao và mày trốn ở đây.

- Hả, làm gì? - Tôi trố mắt nhìn.

Không trả lời tôi, Hào rón rén đi vào giữa hàng hoa vạn thọ. Nó ngồi hẳn xuống, đưa tay lên miệng làm dấu im lặng rồi ngoắc tay kêu tôi vào. Tôi đành rón rén làm theo.

Trời đã bắt đầu lờ mờ sáng. Tôi ngồi kế bên Hào, im lặng nín thở.

Gió thổi lành lạnh trên những cánh hoa vạn thọ mới nhú, đưa vào mũi tôi một mùi hương nồng nồng day dứt. Vạn thọ nếu chỉ ngắm từ xa sẽ cảm thấy hương dìu dịu, nhưng sáng sớm nay, tôi ngồi giữa một đống vạn thọ, hương thơm nồng gắt không còn dịu nữa. Đôi khi cái gì nhiều quá cũng không tốt, như mùi vạn thọ đang làm khổ tôi.

Khi tôi càng lúc càng khó chịu vì mùi nồng của hoa, thì thằng Hào giơ tay ra hiệu bảo tôi nhìn ra ngoài sân.

Có hai chiếc xe đạp chạy đến, trên mỗi xe là một người chở một người. Hai chiếc xe dừng lại, hai bóng đen bước xuống, nhìn quanh rồi rón rén đi vào khu vườn. Tim tôi đập thình thịch vì lần đầu tiên thấy người ta đi ăn trộm.

Tôi nhớ ngoại hay kể về mấy tên ăn trộm to lớn mặt hung ác, nửa đêm cạy cửa vào, có khi trấn lột chủ nhà. Tôi ngồi quan sát, tim vẫn đập mạnh, thấy hai thằng ăn trộm này nhỏ xíu, cao hơn thằng Hào nhưng chắc lùn hơn tôi. Thế nhưng lỡ nó có dao đâm thì chắc cũng chết. Một thằng chắc là đại ca, chỉ chỉ vào hướng mấy chậu hoa ở giữa vườn, ra dấu sẽ lấy chậu đó. Thằng kia nhỏ hơn, chắc là đàn em, gật gật đầu hiểu ý.

Cả hai bắt đầu tiến vào khu vườn. Tôi và Hào nấp giữa những chậu cây. Chợt tên nhỏ con lên tiếng:

- Em nghĩ mẹ sẽ thích chậu này.

Tôi nghe giọng con gái. Thì ra tên trộm này là con gái. Tôi lén nhìn thấy nó có tóc dài tới vai.

Đột nhiên Hào kéo tay tôi đứng lên giữa khu vườn, la lên:

- Ê, ăn trộm...

Hai tên trộm đứng im như trời trồng, không ngờ đến sự có mặt của tôi và Hào trong đống chậu hoa vạn thọ. Rồi cả hai như hiểu ra tình hình, không ai bảo ai, chạy ngược ra ngoài sân.

Hào kêu tôi:

- Chạy theo nó.

Hào chạy nhanh thật, thoáng cái đã sắp bắt kịp hai tên. Còn tôi luống cuống, vấp chân nọ lên chân kia, đạp lên cả một chậu hoa vạn thọ rồi té ngã. Hào đang chạy ra, thấy tôi té, không rượt hai tên trộm kia nữa, mà quay lại đỡ tôi.

Tôi đứng dậy, đầu gối bên phải đau điếng, định đi tiếp thì Hào quay lại, lấy tay bốc đất bỏ vào chậu hoa bị tôi đạp ngã. Tôi hiểu ý, cùng giúp Hào vun đất, sắp lại hàng chậu vạn thọ mới bị đổ.

Tiếng chó sủa lại vang lên, lần này rất gần vì chúng tôi đang ở trong vườn. Có tiếng mở cửa sột soạt từ căn nhà chòi. Tôi và Hào ngừng tay, nhảy cóc trên những luống vạn thọ, tăng tốc chạy nước rút ra con đường quốc lộ.

Đường cái giờ này vắng tanh. Hai chiếc xe đạp cũng đã biến mất cùng hai tên trộm. Tôi và Hào chạy mải miết một đoạn mới dám dừng lại thở.

Hai thằng nhìn nhau, vẫn còn thở hồng hộc, cười cười trong ánh mờ mờ ban sáng.

- Tao nghĩ sau này tụi nó sẽ không dám ăn trộm nữa vì tưởng là có chủ vườn canh. - Hào tự hào nói.

Lần này tôi phục thằng bạn quá, đúng là cao mưu. Hai thằng bọn tôi làm vậy sẽ khiến bọn trộm không dám quay lại. Tôi kể cho Hào nghe một tên trộm là nữ và hình như "tụi trộm" này cũng cỡ tuổi tôi. Hào dửng dưng nói:

- Ai thì cũng là ăn trộm. Làm vườn hoa khổ lắm mày biết không, cả năm chỉ mong chờ một mùa để bán, sao mà chịu được tụi ăn trộm?

Tôi ngồi im, sau hỏi lại:

- Sao mày giỏi quá vậy? Mày học ở trường nào?

Tôi tưởng Hào chắc học giỏi lắm vì Hào có vẻ hiểu biết nhiều thứ hơn tôi.

Hào im lặng, một lát sau mới lên tiếng:

- Tao bỏ học lâu rồi, từ hồi cấp 1. Mày còn đi học không?

- Tao còn.

Tôi chỉ nói đến đó, không muốn nói thêm mình học lớp mấy hay trường nào vì tự dưng thấy lòng chùng xuống. Thằng bạn đá banh "anh hào" này, đúng y như tên của nó, tuy rằng không được đi học như tôi, nhưng là người hào kiệt, đã bảo vệ một vườn hoa mà nó không hề quen biết.

- Thôi đi tiếp mày. - Hào nói.

Hai thằng đứng lên chạy, rẽ vào ngã ba Trà Kha.

Những buổi sáng kế tiếp, tôi và Hào vẫn chạy bộ chầm chậm qua khu vườn hoa và không thấy dấu bọn trộm nữa. Các chậu hoa vẫn nằm đó gọn gàng, nở tung từng đóa đón chào mùa xuân.

Ngày 29 tháng Chạp, được nghỉ học, tôi mừng quá thả bộ ra chợ chơi với má tôi. Trên đường, tôi đi ngang qua khu bán hoa Tết, lúc này đã ồn ào tấp nập người. Chợt có tiếng chó sủa nghe quen quen. Tôi giật mình nhìn vào một quầy hoa, một con chó to màu xám đang nhìn tôi nhe răng sủa.

Tôi giật mình nhớ lại, không lẽ đây là con chó giữ vườn hoa hôm nào đã rượt tôi chạy trối chết. Tôi nhủ thầm: "Thôi chết rồi."

- Con muốn mua bông gì?

Cô chủ tiệm bước ra chào tôi.

- Dạ... - Tôi còn chưa biết nói gì thì cô đã la:
- Ki, không được sủa, đây là khách mua bông.

Ki là tên con chó. Sau khi bị la, nó không còn sủa tôi nữa. Thay vào đó, nó ngoắc đuôi, ngồi xuống, nhìn tôi làm quen. Tôi cũng bớt sợ, nhìn thẳng vào đôi mắt đen tròn sắc cạnh của Ki. Trong khoảnh khắc hiếm hoi đó, tôi nhìn thấy... sự đồng cảm giữa tôi và Ki ngày nào cũng thức canh bảo vệ vườn hoa vạn thọ.

Ngoài xa, có tiếng pháo nổ đì đùng, báo hiệu ngày Tết đã rất gần.

Hai cô gái cá

Ở phía cuối con hẻm khu bến xe, có một nơi tôi muốn trốn học để đến mỗi ngày, đó là nhà chú thím Thương.

Tôi gặp thím Thương lần đầu khi đạp xe ra chợ nhà lồng chơi sáng Chủ Nhật. Thím Thương ngồi trên vỉa hè bán cá cảnh. Từng chai nước biển chứa cá lia thia được xếp gọn thành hàng theo hình tháp. Nhìn từ xa tôi đã thấy các sắc xanh, đỏ, tím bắt mắt của những con cá lia thia thu hút người đi đường, trong đó có tôi.

Tôi rà chân, bóp thắng, dắt xe vào lề, gạt chống xuống và bước đến quầy cá bên đường, cúi xuống nhìn con cá phướng đỏ rực, phùng hai mang khi tôi đưa ngón tay dí vào vỏ chai nước biển. Con cá hăng quá, cứ cắm đầu nhảy nhảy vào cắn ngón tay tôi qua lớp vỏ chai.

Từ lúc nhà tôi chuyển xuống Bạc Liêu, tôi bắt đầu nuôi cá lia thia. Sau khi dọn từ nhà trọ qua nhà mới, tôi vẫn tiếp tục nuôi loại cá này. Ngắm cá lia thia xong, tôi đưa mắt nhìn một bầy cá đủ sắc vàng, đen, trắng, trên đầu có chút thịt hơi u ra, đang há miệng ngáp ngáp, dáng bơi chầm chậm, lắc lư thân hình vừa ngắn vừa tròn với cái đuôi nhiều nhánh. Nhìn đàn cá bơi lung tung chạy theo đám lăng quăng, tôi bỗng thấy loại cá này đẹp quá, còn đẹp hơn cả cá lia thia nhiều màu. Đó là cá tàu, loài cá mà sau này tôi nuôi nhiều nhất.

Tôi móc bóp lấy hết tiền mua hai con cá tàu đầu lân trắng đỏ loại Hạc Đỉnh Hồng, xong mới chợt nhớ là chưa ăn sáng. Thường buổi sáng má tôi sẽ cho tiền ăn sáng trước khi đi làm. Nhìn hai con cá tàu màu trắng đỏ đẹp quá, tôi quên mất cơn đói, nhanh chóng còng lưng đạp xe về nhà. Trên đường về, tay trái tôi cầm bịch cá, tay phải lái xe, không lo bị té mà chỉ lo bịch cá rớt xuống đất.

Tôi kiếm được cái khạp nhỏ không xài nữa của ba, rửa sạch, sau đó mở nắp đổ nước và thêm vài cọng rong vào làm "nhà" cho cá. Ngắm hai con cá tàu đầu lân lắc lư bơi tới bơi lui, tôi quên cả ăn uống. Buổi trưa, tôi mở vở học bài, sau đó lên lầu trải chiếu đánh một giấc.

Đến chiều, tôi háo hức chạy xuống lầu để coi cá, thì hỡi ôi, hai con cá yêu quý mới mua hồi sáng đã nổi lật ngược bụng chết queo!

Không hiểu sao cá mới đem về nuôi mà chết nhanh vậy, tôi méo mặt hỏi ba. Ba tôi nhìn cái khạp màu nâu đựng nước một lát, rồi lấy ngón tay thò vào nước nếm thử:

- Cái khạp này chắc để đựng muối hay sao mà nước mặn vậy?

Tôi làm theo, thò ngón tay vào nước và nếm thử thì thấy đúng là hơi mặn. Thì ra nhà tôi dùng cái khạp này để đựng muối đã mấy năm nay. Buổi sáng, tôi chỉ rửa qua vài lần nên không sạch hết muối. Hậu quả là nước mặn khiến hai con cá tàu đầu tiên của tôi chết tức tưởi. Tôi buồn và tức mình quá, vì không biết làm sạch nước.

Trưa hôm sau đi học về, tôi nóng lòng đạp xe ra chợ tìm thím Thương. Gặp lại tôi, thím hỏi:

- Ủa con mua thêm cá hả?

- Dạ không, cá con mới mua hôm qua chết hết rồi. - Tôi nói như muốn khóc.

Thím Thương hỏi tôi sao cá chết. Tôi ngồi kể lại chuyện rửa khạp đựng muối không sạch, thím nghe xong cười:

- Thôi để thím bán rẻ cho con hai con khác.

Tôi nhẩm tính thì thấy không đủ tiền, dù thím đã giảm giá phân nửa. Mà mấy con cá tàu trong chậu hôm nay cũng chẳng đẹp như hôm qua.

Như hiểu ý tôi, thím Thương nói:

- Thôi lát con ghé qua nhà thím, có nhiều cá để lựa hơn.

Thím Thương tỉ mỉ chỉ tôi nhà của thím nằm phía cuối trong một con hẻm ở bến xe Hòa Bình. Buổi chiều, tôi đạp xe đến nhà thím mua cá. Đi qua một con đường gập ghềnh, sình lầy, tôi tìm thấy căn nhà lá mái tôn nằm sâu trong góc hẻm quanh co, lặng lẽ bên hàng cây bàng.

Nhìn vào trong đã thấy thím Thương đang dọn bàn, có lẽ là nhà thím vừa ăn cơm xong. Thấy tôi lấp ló, thím Thương nói lớn:

- Vô nhà đi con, nhà chú thím ở đây!

Tôi gật đầu, bỏ dép ngoài cửa, bước vào căn nhà nhỏ lát gạch tàu ô vuông màu đỏ đã xỉn màu. Ở giữa nhà là bộ bàn ghế nhựa. Xung quanh mọi góc toàn là bể cá.

Tôi chưa bao giờ thấy nhiều cá đẹp như vậy!

Những con cá tàu đẹp nhất, to nhất, oai vệ nhất được để riêng thành nhiều cặp trong bể kính có đèn chiếu, máy lọc, và dây thổi bong bóng. Ở đó có đủ những loại tôi thích như cá đen mắt lồi, cá đầu lân trắng hồng, đen vàng, hay cá tàu bông đốm. Mấy cặp cá dĩa xanh trắng, con nào con nấy to gần bằng cái đĩa ăn, là một trong những loại cá đắt nhất, được trưng bày trong một cái bể riêng. Rồi đến cá ông tiên, loài cá hình thoi có cặp râu dài, cũng được lọc ra những con đẹp nhất để trưng trong một cái bể lớn khác.

Tôi đứng ngây người giữa phòng khách, nhìn không chớp mắt, như một cậu bé đam mê đồ chơi bỗng chốc lạc vào khu vườn cổ tích.

- Con thích con nào?

Một giọng đàn ông lớn tuổi cất lên, tôi ngoái lại nhìn, thì ra là chồng thím Thương, mới từ nhà sau đi lên.

- Dạ con thích hết. - Tôi nhe răng cười.

- Con ra đây chú chỉ cho.

Chú nói, vừa chỉ ra cửa sau. Tôi hiểu ý đi theo.

Vừa ra khỏi cánh cửa gỗ, tôi ồ lên kinh ngạc vì phía sau nhà chú thím rộng quá. Dưới tán lá sum suê của hàng cây trứng cá là những cái hồ xi măng mới xây vuông vức hai bên, chạy dọc theo lối đi rải đá sỏi. Từng hàng máy bơm bong bóng trong hồ liên tục thổi bọt. Khu vườn yên tĩnh quá, tôi nghe được tiếng máy chạy rì rì và tiếng bọt bong bóng vỡ lách tách trên mặt nước. Phía cuối vườn là cái thau đựng lăng quăng và trùn chỉ. Tôi nhìn cái thau đen kịt, lúc nhúc đầy lăng quăng, tự hỏi nếu không cho cá ăn hết thì đám lăng quăng này chắc sẽ biến thành một rừng muỗi.

- Cái hồ này chú mới xây xong. Con tên gì?

- Dạ, con tên Quỳnh. - Tôi ít khi nào nói tên tôi là Huỳnh, vì thậm chí chính tôi cũng không đọc đúng chữ H nên cứ gọi tên Quỳnh cho dễ.

- Chú là chú Thương. Vợ chú nói con thích nuôi cá tàu hả?

- Dạ đúng, nhưng tụi nó chết hết rồi vì con không súc kỹ cái khạp đựng nước.

- Thôi chú bán rẻ cho con, mua một con chú cho một con, con cứ lựa cá trong đây đi!

Tôi mừng quá, vì cá ở đây nhiều và đẹp. Tôi tỉ mỉ lựa hai con đẹp nhất, chỉ trả tiền một con rồi hí hửng về nhà.

Từ đó, tôi hay đến nhà chú Thương mua cá, vì cá mua tại nhà đẹp và khỏe hơn cá ngoài chợ. Có khi tôi đến nhà chú cũng không để mua gì, chủ yếu là nói chuyện và học hỏi cách nuôi cá từ chú thím.

Nghe chú nói hai vợ chồng ngày xưa làm ruộng dưới Vĩnh Lợi, gần đây mới chuyển về thị xã Bạc Liêu sống. Hai vợ chồng chú có ba người con, Thanh là chị lớn, hình như bằng tuổi tôi, Trang nhỏ hơn tôi vài tuổi, và Toàn nhỏ nhất, là con trai út. Nghe tôi kể cũng là người từ xã Cái Dầy mới dọn về thị xã, chắc chú Thương thấy hoàn cảnh của tôi giống với chú nên càng tỉ mỉ chỉ tôi cách nuôi ép cá tàu.

Tôi cũng chưa nói mình đang đi học, lúc ấy tôi mới được nhận vào ban Toán trường chuyên tỉnh. Có lẽ chú Thương nghĩ tôi sau này lớn lên muốn mở lò cá giống chú, nên chú chỉ bảo cặn kẽ. Tôi thì thích tìm hiểu về cách nuôi ép cá cảnh, càng biết nhiều thấy càng mê. Tôi hay chiêm nghiệm bể cá như một xã hội thu nhỏ, có nhiều loại cá, tính cách khác nhau, hình dáng khác nhau. Có con siêng năng cật lực đi kiếm ăn mỗi ngày, có con làm biếng, có con thích õng ẹo làm dáng, có con lại thích gây sự.

Một buổi chiều, tôi đến nhà chú Thương chơi thì chú chưa về. Có bé Trang, đứa con gái thứ của chú thím đang ngồi học Toán lớp 6. Trang gãi gãi đầu, cứ hí hoáy xóa đi xóa lại bài giải. Tôi tò mò ngồi xuống, hỏi:

- Em làm toán hả?

- Dạ.

Trang đỏ mặt nói vì chưa tìm ra đáp số.

Tôi lướt nhanh đọc đề toán là yêu cầu tìm các con số chia hết cho 9. Trang lấy từng số và tập chia thử cho 9, số nào chia hết cho 9 thì Trang ghi qua một bên. Khổ nỗi là bài tập cho gần 100 con số, nếu cứ lấy từng số để chia thì không biết khi nào mới xong. Tôi bèn chỉ Trang cách đơn giản là cứ việc cộng hết mấy chữ số lại, nếu tổng chia hết thì con số đó sẽ chia hết cho 9. Cô bé khá thông minh, nghe qua đã biết áp dụng ngay, nhanh chóng giải xong bài tập.

Lúc ấy, chú Thương đi chợ về. Trang khoe:

- Anh Quỳnh giỏi Toán lắm đó ba.

- Con học lớp mấy rồi Quỳnh?

- Dạ lớp 8.

Chú Thương gật gật đầu, rồi ra vườn cho cá ăn. Tôi cũng đứng dậy đi theo chú.

Nuôi cá cảnh, khổ nhất là màn đi vớt lăng quăng cho cá ăn. Thím Thương cũng bán lăng quăng ngoài chợ để khách mua về cho cá ăn. Tôi thì phải nhịn ăn nhiều lắm mới có tiền mua cá, nên dĩ nhiên là không có đủ tiền mua lăng quăng cho cá ăn mỗi ngày.

Buổi nào đi học về, tôi cũng xách vợt đi hớt lăng quăng. Đây là loại ấu trùng sẽ nở thành muỗi, nên tôi chỉ vớt vừa đủ cho cá ăn. Có lần, lỡ vớt nhiều quá mà cá ăn không hết, tối hôm sau muỗi đã bay vo ve đầy nhà, làm cả nhà phải vừa ăn cơm vừa đập muỗi. Má biết tôi là "thủ phạm", nên hăm he dọa không cho tôi nuôi cá nếu hớt lăng quăng nhiều như thế.

Lúc bấy giờ, tôi đã nuôi được nhiều loại cá tàu, để trong nhiều bể, chậu, và khạp rải rác khắp nhà. Có những buổi học xong, tôi nằm ngủ kế bên hồ cá, nằm mơ mình hóa thành con cá tàu đen thui bơi tung tăng rượt bắt lăng quăng.

Vào mùa khô, việc đi tìm và hớt lăng quăng cho cá ăn bắt đầu khó khăn hơn. Lúc đầu mùa, tôi chỉ cần đi xuống cuối hẻm, tìm mấy con mương sau mưa là kiếm được đầy lăng quăng. Vậy mà chỉ vào hè vài tháng, con mương đã cạn sạch, lăng quăng biến mất. Tôi nghe lời đám bạn cùng chí hướng nuôi cá tìm đến những nơi xa và bẩn hơn thì mới có lăng quăng để hớt.

Một buổi chiều, tôi xách vợt đi hớt lăng quăng ở "khu nhà ma" phía sau bệnh viện. Khu này là nhà bỏ hoang, nằm trong lùm lau sậy um tùm, xen lẫn với ao cá và cầu tiêu lộ thiên. Vừa bước vào khu nhà, tôi phải nín thở bịt mũi vì mùi xú uế bốc lên nồng nặc.

Nghĩ đến đám cá tàu đang ngáp ngáp há miệng đói bụng đợi ở nhà, tôi lấy hết can đảm, nín thở bước tới cái mương nhỏ ở giữa hai căn nhà hoang.

Tôi mừng quá vì nơi đây có rất nhiều lăng quăng. Nhưng khổ nỗi là đám lăng quăng này tụ thành từng đám xung quanh rác rưởi lẫn phân người. Thậm chí, lăng quăng còn bu đầy quanh xác một con chuột cống sình bụng đang nhe mắt nhìn tôi hăm dọa. Tôi đổi cách, nhắm đến đám lăng quăng giữa mương sình vì nơi đây giữa dòng nước, có vẻ sạch hơn, không có phân người và xác chuột.

Nhìn lại cây vợt ngắn cũn của mình, nhìn đến đám lăng quăng đang tung tăng giữa dòng mương đen thui, tôi biết không với tới, phải bẻ thêm cây sậy gần đó, nối vào cái vợt nhỏ xíu của mình và từ từ đưa ra giữa dòng.

Thình lình, có một cái vợt to đùng, vuông vức, đen thui, to gấp bốn, năm lần cái vợt của tôi, nhẹ nhàng hạ xuống đưa vào chỗ lăng quăng và hớt gọn.

Tôi ngước nhìn lên cánh tay khẳng khiu của người đang vớt, nói như reo:

- Ủa, Thanh!

- Quỳnh hả?

Thanh cũng nhe răng cười bên kia bờ mương thối.

Thì ra là Thanh, cô con gái lớn của chú Thương, chắc trạc cỡ tuổi tôi, đang đứng bên kia mương, đội nón lá rộng vành, mặc áo khoác tay dài màu bạc, che chắn chiếc áo thun nâu vàng bên trong. Một tay Thanh cầm vợt dài, tay kia cầm xô nhựa đựng lăng quăng. Trời bỗng đứng gió, tôi lập tức cảm nhận mùi xú uế xông lên.

Thanh nhìn chằm chằm tôi một lát, rồi nói:

- Quỳnh đưa vợt gần lại đây.

Tôi hiểu ý, đưa cây vợt bé tí của mình ra giữa mương. Thanh cũng từ từ đưa cây vợt bự chứa đầy lăng quăng ra và đổ một ít vào cây vợt nhỏ của tôi.

Tôi mừng quá, nói lí nhí:

- Cảm ơn Thanh.

Hai đứa đưa mắt nhìn nhau ở hai bờ mương bốc mùi xú uế giữa buổi trưa nóng nực của mùa hè, tôi bỗng thấy có cảm giác nao nao khi nhìn vào cặp mắt long lanh của Thanh - cô bạn trạc tuổi tôi phải đi vớt lăng quăng mỗi ngày trên những dòng mương đen ngòm. Tôi nhìn Thanh chào tạm biệt, rồi đứng nhìn cho đến khi bóng Thanh khuất xa khỏi bụi cây sậy.

Tuần sau, tôi đến nhà chú Thương để coi cá, thì chú kêu tôi lại bảo:

- Bữa nào con rảnh thì ghé qua dạy Trang học Toán, xong con lấy lăng quăng về nuôi cá nha.

Chắc Thanh về nhà kể lại cho chú Thương chuyện hai đứa tôi gặp nhau lúc hớt lăng quăng ở con mương đen tại khu nhà ma. Tôi phân vân chưa biết trả lời chú sao, vì dạo này cũng khá bận. Tôi vừa vào trường chuyên ban Toán, nên lịch học rất cực. Chưa kể tôi còn đi chơi đá bóng, nuôi cá, và dành buổi tối để học võ nên lịch của tôi khá kín. Đang băn khoăn, thì chú Thương nói tiếp:

- Chú cũng muốn cho nó đi học thêm, nhưng cô chú mới ra nghề nên kinh tế còn yếu, nếu không đã thuê người về nhà dạy cho cả ba đứa.

Tôi tò mò hỏi:

- Ba đứa hả chú?

- Cả ba chị em nó mất căn bản từ hồi cấp 1, do ở ruộng nên ra đây đứa nào học cũng tệ. Nhất là con Thanh, nó cứ đòi bỏ học vì lớp 8 rồi mà không hiểu gì hết. - Chú Thương trầm ngâm nói.

Rồi chú hỏi tôi:

- Con học trường nào?

- Dạ trường chuyên.

- Trời, con giỏi vậy. Con dạy bé Trang giùm chú nhe.

- Nhưng... con chưa đi dạy bao giờ. - Tôi lúng túng đáp.

- Thì con học lớp 8 dạy đứa lớp 6 dễ mà. - Nói xong, chú bỏ đi.

Tôi suy nghĩ thêm một hồi rồi quyết định nhận lời dạy Trang một buổi một tuần, vì tôi hiểu tình trạng mất kiến thức căn bản là gì. Tôi không muốn Trang vì mất căn bản mà có thể phải bỏ học. Những năm học cấp 1 ở Cái Dầy, vì phải chuyển lớp nhiều lần, nên khi chuyển xuống học cấp 2 ở thị xã, có nhiều môn tôi không hiểu, nhất là Ngữ văn và tiếng Anh. Với môn Lý, tôi phải vất vả lắm mới sống sót. Môn Hóa thì tôi chỉ mong cho mau qua vì toàn chữ cái tôi không biết. Còn môn Toán, tôi may mắn có thầy giỏi, nên bắt kịp khá nhanh.

Nhưng tôi chưa dạy kèm ai bao giờ.

Hồi ấy tôi có nghe mấy anh chị lớp trên kể về việc đi dạy thêm lúc nghỉ hè, nhưng tôi không thích lắm, vừa mất thời gian, vừa phải có kiến thức tốt vì học sinh có thể hỏi nhiều câu khó. Nhìn Trang, tôi đoán là cô này sẽ hỏi tôi nhiều câu mà tôi không biết trả lời. Hôm trước may là Trang hỏi những gì tôi biết, chứ nếu hỏi thêm chắc tôi cũng chịu!

Thế là mỗi tuần một lần, tôi ghé qua dạy kèm Toán cho Trang và khi về luôn có bịch lăng quăng của thím Thương gói sẵn. Đúng như tôi đoán, cô bé này rất thông minh, hỏi tôi đủ thứ, không chỉ về Toán mà còn cả Vật lý và Hóa học, hai môn mà tôi còn đang vất vả.

- Khối lượng riêng của một vật rắn sẽ tăng hay giảm khi nhiệt độ tăng? - Trang hỏi tôi.

- Khối lượng riêng?

Tôi lẩm bẩm, cố nhớ lại xem công thức là gì, hình như D = m/V mà khối lượng không thay đổi, còn khi nóng thì một vật rắn như cục sắt chẳng hạn sẽ tăng thể tích, nên chắc khối lượng riêng sẽ giảm. Tôi tự tin nói:

- Sẽ giảm.

Trang suy nghĩ một lát rồi đáp:

- Nhưng em thấy nước đá là vật rắn, lúc tăng nhiệt độ, đá chảy ra thì thể tích giảm, vậy thì khối lượng riêng phải tăng chứ?

Tôi nhủ thầm, sao con bé này thông minh quá! Rồi nói:

- Nước là trường hợp ngoại lệ, vì phần lớn vật rắn như kim loại sẽ giãn nở ra khi nhiệt độ cao.

- Ngoại lệ là sao?

Tôi vò đầu bứt tai, không biết phải giải thích thế nào.

Sau lần đó, tôi càng nhận ra dạy thêm không hề dễ như hình dung, nhất là khi có đứa học trò thông minh như Trang. Tôi cũng nhận ra muốn dạy cho tốt thì kiến thức cơ bản phải tốt.

Để khỏi bị quê, tôi ráng học lại Toán và Vật lý, nhất là những phần cơ bản. Những câu nào Trang hỏi mà tôi không biết trả lời, tôi sẽ ghi lại và về nhà tìm. Nhờ điểm này, mà tôi cũng tự dạy thêm kiến thức Toán và Lý cho mình, giúp cho việc học tốt hơn những năm sau. Cách tự học này làm tôi bắt đầu thích nghề dạy học, mở đầu cho con đường giảng dạy sau này của mình.

Rồi tôi có thêm một học trò mới, tình cờ tham gia lớp học của tôi mà không hề có chủ ý, đó là Thanh.

Lần tôi dạy Trang về Toán, khi giảng về lũy thừa cơ số, tôi nổi hứng nói về tầm quan trọng của lũy thừa, đó là kiến thức nền tảng để học hằng đẳng thức đáng nhớ khi lên các lớp cao hơn:

- Học toán cũng như học võ, Trang phải học giỏi những cái cơ bản hôm nay, thì năm sau mới lên cao được.

- Hèn chi chị em học Toán dở quá, chắc là do yếu cơ bản há chị?

Trang nói vọng vào phía sau bếp, nơi Thanh đang lúi húi nấu cơm.

- Ai nói chị học dở!

Thanh chống chế nói vọng ra.

- Thì chính chị nói với má là chị không hiểu Toán trong lớp mà.

Trang nói to hơn.

Thanh không đáp.

Tôi ngồi im thin thít, thấy không khí trong phòng tự nhiên nặng nề, bèn cắm cúi sửa tiếp các bài tập của Trang.

Đến lúc chuẩn bị về, như thường lệ, Thanh đưa cho tôi một bịch lăng quăng đen thui đã chuẩn bị sẵn, tôi cầm lấy, nói cảm ơn và sắp quay đi thì Thanh tần ngần hỏi:

- Lần sau Quỳnh chỉ Thanh môn Toán luôn nhé?

Tôi chưa biết nói sao, vì tôi không nghĩ mình giỏi đến mức có thể chỉ cho ai khác cùng cấp lớp. Tôi hơn Trang hai lớp nên việc dạy dễ hơn, còn Thanh bằng tuổi thì tôi không chắc.

- Quỳnh không chắc là dạy được vì Quỳnh cũng còn đang học.

Tôi thật thà đáp.

- Không sao, Thanh cũng sẽ thử.

Thế là tôi có một cô học trò nữa, lớp học càng thêm sôi động. Tôi còn thỉnh thoảng được thưởng ly cà phê hay miếng bánh, kèm theo bịch lăng quăng.

Dạy được một tháng, do tôi bị bong gân khuỷu tay lúc tập võ, không cử động được tay phải nhiều, tôi đành chuyển mọi hoạt động sang tay trái, từ cầm đũa, đánh răng đến viết chữ. Vì sợ bị la nên tôi giấu ba má chuyện này, nên vẫn cố dùng tay phải khi ở nhà và đi học.

Hôm sau đi dạy, Trang tinh ý nhận ra ngay là tôi bị bong gân, không cầm viết được. Tôi buồn rầu nói:

- Chắc Quỳnh sẽ nghỉ dạy một thời gian.

Thanh nhìn tôi e dè hỏi:

- Khi nào Quỳnh quay lại?

- Quỳnh không biết, nhưng bây giờ thì Thanh dạy Trang nhé, vì Quỳnh thấy Thanh cũng khá lắm rồi, có thể làm cô giáo đó.

Không ngờ nhờ câu nói động viên của tôi mà Thanh làm thật. Thanh nhanh chóng thay tôi trở thành gia sư cho Trang.

Hai tháng sau, khi tôi đã dần bình phục, cánh tay phải có thể cử động dẫu còn yếu so với tay trái. Tôi quay lại nhà chú thím Thương.

Trang giờ đã học khá giỏi. Cô bé thông minh nên có thể tự làm hết bài tập mà không cần chị hướng dẫn. Thanh còn giỏi hơn, cô nàng đã bắt kịp và không còn mất tự tin về môn Toán trong lớp.

Thanh nói rằng nhờ tôi tin tưởng, đưa chức "giáo viên" nên Thanh đã trở thành "cô giáo" tốt, làm cô em Trang nể phục hết sức. Thế mới biết trong lúc khó khăn, chỉ cần một ai đó tin tưởng và giao trách nhiệm cho mình, thì mình nhất định sẽ làm được.

Chú thím Thương đều khen tôi hết lời, nói tôi dạy học giỏi làm tôi cứ tưởng mình giỏi thiệt. Thật ra tôi chỉ dạy Trang và Thanh vài buổi, nhưng điều tôi đã học được chính là niềm tin vào bản thân mình. Đó là điểm quan trọng giúp tôi đi xa trên con đường học vấn sau này.

Sư tỷ Linh Linh

- Mày đưa tiền đây, không tao đánh chết!

Tôi mếu máo móc túi đưa tiền ăn sáng cho thằng đàn anh to con đầu bự, cổ họng vẫn còn đau vì vừa bị bàn tay của nó bóp. Lấy tiền xong, hai thằng hí hửng bỏ đi.

Đây là lần đầu tiên tôi vào khu nhà lá mái tôn xập xệ này, nghe nói khu này toàn dân du đãng, du côn ghê lắm. Nhưng băng qua khu xóm là con đường tắt đến chỗ tôi mua cá lia thia.

Mấy hôm nay, tôi đang nóng lòng vì con cá lia thia xiêm đực xanh lá cây không "ép" nổi con cá xiêm cái màu tím, mà bụng con xiêm tím ngày càng bự, căng trứng nhìn thấy sắp rớt ra đến nơi. Tôi quyết định đi kiếm một con xiêm đực xanh khác để ép cá, vì vậy mới đánh liều đi tắt qua khu phố này.

Không may, thấy tôi là người lạ bước vào xóm. Hai thằng, một cao một thấp, ở trần bước ra chặn hỏi tôi đi vô đây kiếm ai. Tôi không nói không rằng, cứ lầm lì đi tới.

Thằng to con bước ngang chặn tôi lại, chỉ một cái quơ tay đã ép tôi sát vào tường.

Thế là tôi mất toi tiền ăn sáng cộng thêm bị bóp cổ. Tôi thất thểu về nhà mà tức quá, vừa bị mất tiền vừa không mua được cá. Đành đợi đến sáng mai thì má tôi mới cho tiền ăn sáng tiếp.

Buổi chiều, tôi gặp Quến, thằng bạn cùng chí hướng "nuôi cá lập nghiệp" như tôi. Tôi kể cho Quến nghe.

Nó nhìn tôi khổ sở rồi trầm ngâm nói:

- Mày đi học võ đi. Có võ sẽ không sợ bị ăn hiếp.

- Học ở đâu?

- Tao nghe nói lò ông Hùng dạy Thái Cực Đạo (Taekwondo) cũng hay. Tướng mày nhìn ốm ốm chắc đòn đá tốt.

Tôi về nhà xin ba má đi học võ, nói lý do là để có sức khỏe. Ba tôi đồng ý ngay, vì lúc nhỏ tôi nhiều bệnh, bị viêm xoang, viêm amidan triền miên cộng thêm tật cà lăm nói lắp. Má tôi lại càng ủng hộ tôi học võ, vì thấy người tôi ốm quá, nghe nói khi học võ ăn nhiều sẽ mập lên.

Thế là tôi đi học võ Thái Cực Đạo.

Lớp học võ tổ chức mỗi buổi tối ở nhà văn hóa thị xã. Ngày đầu tiên đi học, tôi được đưa vào gặp sư phụ - thầy Hùng, và sư mẫu - cô Hậu. Thầy Hùng dáng người thấp, bụng hơi phệ, mặc đồng phục trắng vàng đã ngả màu cháo lòng, lưng oai vệ đeo đai đen 3 gạch (Tam đẳng huyền đai), là võ sư có tiếng ở thị xã.

Thầy nhìn tôi gật gật đầu, cho vào lớp sau khi bảo tôi qua gặp cô Hậu để đóng tiền học. Cô Hậu ngoài việc phụ thầy Hùng thu tiền, còn kiêm thêm bán nước ngọt, trái cây giữa giờ nghỉ giải lao trong lớp học võ.

Đóng tiền xong, thầy Hùng giao tôi cho anh Huy, đang đeo đai nâu một gạch, là sư huynh trong nhóm. Anh hướng dẫn tôi các bài khởi động và đi tấn cơ bản.

Tôi mới vào học võ, bắt đầu bằng đai trắng, sau ba tháng mới được thi lên đai vàng, rồi ba tháng tiếp lên xanh, rồi xanh một gạch, đến đai nâu, nâu một gạch, hai gạch...và cuối cùng là đai đen. Tôi không dám nghĩ đến đai đen, vì nghe nói sơ sơ đã thấy quá lâu để đổi màu đai. Tôi thoáng nghĩ sư huynh của tôi chắc võ công cao cường lắm vì nhìn anh Huy cơ bắp cuồn cuộn, xuống tấn vững, đòn đấm và đòn đá cú nào ra cú đó.

Những ngày đầu học võ, tôi thấy mau chán, quanh đi quẩn lại chỉ có nắm tay để bên hông, tập đi tấn, xuống tấn, tập đấm vào không khí, và tập bài quyền cơ bản số 1 mà tôi cứ hay quên bước cuối khi thu tấn trở về. Lắm lúc tôi muốn bỏ cuộc, vì thấy hình như công lực của mình không có gì thay đổi.

Tôi xoạc chân đến đau nhức cả người, mà hai chân vẫn không rộng, không dạng chân được gần 180 độ như các đàn anh đàn chị. Hít đất thì càng tệ hơn, tôi hít đất mà như hít bụng, vì chỉ có bụng tôi là lên xuống đều đều, còn hai vai vẫn đứng yên. Mỗi lần tập sai, bị thầy phạt hít đất mấy chục cái, tôi càng mệt hơn vì toàn hít bụng.

Ước mơ đá 360 độ vòng cầu hay nhảy ngược đá ngang như trong phim có lẽ chỉ mãi là ước mơ, vì tôi chỉ vừa xoay nhảy thử đã ngã lăn đùng. Đến tháng thứ ba, hai người bạn học chung nhóm đai trắng của tôi bỏ cuộc, chỉ còn tôi và bốn thằng khác ráng bám theo.

Đến tháng thứ tư, tôi được thi lên đai vàng. Lần đầu tiên, tôi hoàn thành bài quyền số 1 đánh tự động không sai một lỗi, còn được thầy Hùng khen. Hơn nữa, tôi đã có thể đá duỗi chân áp-xa (Apcha busigi) bằng ức bàn chân thay vì dùng ngón chân. Đây là kiểu đá thẳng phía trước, nếu đá không đúng thì các ngón chân dễ bị bẻ ngược lại. Tôi cũng đã biết bẻ hông khi đá giáp-xa ngang (Yopcha Jirugi). Kiểu đá này nếu bẻ hông sẽ có thêm lực đá.

Đeo đai vàng được hai tháng, anh Huy bắt đầu dạy tôi song đấu cơ bản. Sư huynh nói tôi sẵn có chân dài, nếu tập đá sẽ có lợi thế khi song đấu. Tôi thì thấy chân mình tuy dài nhưng dáng người ốm và khẳng khiu quá, chắc chỉ có lợi khi chạy trốn mà thôi.

Song đấu trong lớp võ diễn ra vào tối thứ năm hằng tuần. Thường là đai xanh trở lên mới được đấu chính thức, còn đai trắng và đai vàng chỉ nhìn học hỏi. Các cặp đấu thường phải cùng màu đai, như đai xanh song đấu đai xanh, đai nâu song đấu đai nâu, và đai đen đấu với đai đen. Các cặp song đấu sẽ mặc áo giáp xanh đỏ, đôi khi đội thêm nón bảo hộ như các vận động viên thi đấu Thái Cực Đạo tại các kỳ thi Olympic.

Trên tôi một khóa lúc bấy giờ có hai sư huynh đai xanh và hai sư tỷ. Vì vậy, thường có hai cặp đấu là hai sư huynh sẽ đánh với nhau, và hai sư tỷ đánh với nhau.

Một buổi tối thứ năm, tôi đang ngồi xem các sư huynh, sư tỷ đấu thì thầy Hùng kêu:

- Huỳnh, thay áo giáp vào.

Tôi ngớ người vì chưa bao giờ tập đánh song đấu. Tôi sợ quá, nhưng cũng nghe lời thầy đứng lên, trong lòng lo lắng, nhớ đến kỷ niệm hồi đầu năm bị bóp cổ làm tôi càng sợ hơn.

Anh Huy sư huynh chắc hiểu nỗi niềm của tôi, nên khi anh mặc giáp, cột dây sau lưng cho tôi, anh dặn nhỏ:

- Em nhớ tập trung né đòn, khi phản công cứ đá hết sức, xoay hết người, đừng sợ bị đánh.

Nói rồi anh gõ bốp bốp ngoài bụng tôi xem giáp đã đủ bảo vệ chưa, và đẩy tôi ra sân.

Bỗng dưng tôi thấy sân xi măng hôm nay rộng và lạnh quá. Chân tôi cứng lại, cảm giác như cả thế giới đang nhìn vào từng cử động của tôi.

Đứng trước mặt tôi là sư huynh Tâm "đen", đai xanh một gạch. Trong lớp ai cũng ngán Tâm "đen" vì anh này lùn nhưng ra đòn nào là chắc đòn đó, nhất là những đòn đá xoay To-li-o 180 độ vòng cầu dùng bàn hay mũi chân (Dollyo chagi).

Tôi càng hãi hùng hơn khi thấy Tâm "đen" đang nhìn tôi gườm gườm. Thầy Hùng ra hiệu tôi và Tâm "đen" chào nhau.

Thầy vừa rút tay ra hiệu xong, Tâm "đen" đã nhún nhún người, như có cặp lò xo dưới chân.

Tôi còn đang nhìn xem anh ta định làm gì với bàn chân lò xo, thì đã thấy Tâm "đen" xoay hai vòng, rồi tôi cảm nhận một phát đau nhói ngay ngực. Bụng tôi óp vào, tim bị ép mạnh, phổi như dính lại, tôi không thở nổi, nhận cú đá đau điếng khiến cả người tôi bủn rủn. Chiếc áo giáp dày không bảo vệ được lực thẳng quá mạnh từ bàn chân tuyệt kỹ của Tâm "đen".

Tôi vừa bị dính cú đá 360 độ giáp xa nhảy ngang, một cú sở trường khác của Tâm "đen".

Tôi lảo đảo lui về sau vài bước thì vấp chân xém té, y như các cao thủ trong truyện Kim Dung dính đòn độc. Tôi cố nhịn đau để đứng vững.

Anh Huy sư huynh chạy vội đến phía sau sợ tôi té. Tâm "đen" đã dừng lại giữa sân chờ lệnh. Thầy Hùng lập tức ra hiệu kết thúc cuộc song đấu ngắn ngủi có kết quả chóng vánh, và cho tôi ra sân ngồi nghỉ.

Tối hôm đó, về nhà tôi định bỏ học võ, vì mỗi lần thở vẫn còn bị đau nhói nơi ngực. Tôi thấy mình dở quá, vừa ra trận đã bị đá một cú nhớ đời. Hôm sau, tôi quay lại học thì anh Huy gọi tôi ra:

- Em không té là giỏi lắm. Thằng Tâm ra đòn mạnh nhưng em trụ được là giỏi.

Lúc thất thời, một lời an ủi thật lòng của sư huynh đã khiến tôi ấm lòng, không bỏ cuộc nữa.

Ba tháng sau, tôi thi lên đai xanh thành công. Tôi song đấu khá hơn mặc dù còn rất chậm. Tôi vẫn hay bị Tâm "đen", giờ đã lên đai nâu, đá trúng, mặc dù số lần dính đòn bắt đầu ít đi.

Tôi trở nên lì đòn hơn, chịu đựng nhiều, biết co hai tay ôm mặt, hay lên gối mỗi khi bị đánh. Tuy vậy, những đòn phản công của tôi vẫn chậm, chưa đủ lực, và tôi hay mất thăng bằng khi gắng sức đá quá cao.

Có lần tôi cao hứng chẻ bàn chân từ trên cao xuống, mất trớn té cái bịch xuống sân ê cả mông. Cả sân phì cười vì tôi đá quá cao và quá liều. Tôi thì quê hết chỗ nói.

Hai tháng sau, tôi lên đai xanh một gạch thì sư huynh Tâm "đen" không xuất hiện nữa. Bấy giờ các sư huynh và sư tỷ của tôi đã lên đai nâu. Tôi nghe nói Tâm "đen" bỏ học võ, nên chỉ còn một sư huynh hiền khô tên Hiền.

Sư huynh Hiền dáng người thư sinh như tôi, nên đánh với tôi thì rất nương tay. Hai thằng đều ốm yếu, sợ đau. Tôi và sư huynh Hiền đánh nhau chán đến độ thầy Hùng cứ xem giờ liên tục vì thằng nào cũng sợ bị đánh.

Một bữa thứ Năm, sư huynh Hiền không có mặt. Tôi mừng quá vì hôm nay không phải đấu. Giờ chỉ còn hai sư tỷ là chị Linh và chị Châu đang mặc giáp chuẩn bị đấu.

- Huỳnh, thay giáp vô.

Thầy Hùng bỗng dưng ra lệnh.

Tôi hết hồn, không lẽ Tâm "đen" đã trở về. Tôi đứng lên ngó một vòng, thì chắc ăn không thấy Tâm "đen" đâu cả.

- Dạ. Em đấu với ai thưa thầy?

Tôi nhìn thầy hỏi.

- Linh.

Tôi ngoái đầu nhìn kỹ đối phương.

Chị Linh, được tôi đặt biệt danh là sư tỷ Linh Linh, cao hơn tôi một chút. Tôi đoán tỷ tầm 13-14 tuổi, tức là bằng hoặc hơn tôi một, hai tuổi. Mỗi lần khởi động, tôi thấy chị Linh xoạc hai chân thẳng

180 độ. Chị cũng hay đá chẻ vòng cầu, xoay người đưa chân từ phía sau lên rất cao rồi bổ xuống như con chim đại bàng bắt cá, do chân chị rất dẻo. Đây là đòn tuyệt kỹ mà tôi thấy chị Linh nhiều lần đánh tơi tả những chị khác.

Tôi nhủ thầm: "Thôi chắc chết."

Thỉnh thoảng thầy Hùng cho nam và nữ đấu chung, nhưng chủ yếu là tập va chạm nhẹ, để cho các bạn nữ tập đánh và các bạn nam tập né. Thầy cũng dạy cách phòng vệ bản thân cho các bạn nữ và dùng các bài tập song đấu để thực tập. Vì vậy, luật ngầm khi ra song đấu nam nữ là nam thường nhường không đánh nữ mà chủ yếu là tập né đòn.

Trường hợp sư tỷ Linh Linh lại khác. Vì chị ra sân đánh rất hăng, mạnh, né đòn giỏi. Ra sàn đấu mà làm bia cho sư tỷ Linh Linh là chết chắc vì chị có dáng cao, chân dài, lại có cú đá chẻ huyền thoại.

Có lần Tâm "đen" bị dính cú đá từ trên trời bổ xuống của sư tỷ Linh Linh ngay mặt mà xém té. Vì vậy, nhiều đàn anh ngoài chuyện phòng thủ thì thỉnh thoảng còn tìm cách đánh trả lại hay khóa đòn của sư tỷ Linh Linh.

Tôi mặc giáp xanh vào, nghĩ đến viễn cảnh sắp bị đánh.

Hôm nay sư tỷ Linh Linh cột tóc dài thành búi, chị không đội mũ bảo vệ, mặc giáp đỏ đứng hiên ngang giữa sân xi măng dưới ánh đèn vàng. Tôi mặc giáp xanh từ từ bước ra chào. Thầy Hùng ra lệnh bắt đầu.

Sư tỷ nhìn tôi lườm một cái, lùi về sau rồi nhún nhún nhè nhẹ đôi chân như đang đi trên mây. Tôi tập trung nhìn đôi chân dài màu trắng để đoán xem sư tỷ sẽ ra đòn gì.

Đột nhiên, sư tỷ Linh Linh tiến nhẹ tới gần tôi, đưa chân phải lên trước đá xiên tầm thấp đòn gió, tôi hú hồn, tưởng tượng sư tỷ chuẩn bị bổ chân từ trên xuống nên thụt lùi một bước.

Chỉ chờ có thế, tỷ tỷ Linh Linh xoay nhẹ người 180 độ, lấy đà quay dùng chân trái làm trụ, bật nhẹ nhàng lên cao rồi rơi xuống như cánh hoa trắng, xoay người đưa chân phải đá xiên vòng cầu To-lio (Dollyo) tầm cao thẳng từ trên xuống vào mặt và ngực tôi.

Tôi dính cú đá quá ác liệt, chỉ kịp phản ứng đưa hai tay co về che mặt, lãnh trọn lực đá từ trên cao vào hai cánh tay. Lực của cú đá quá mạnh, ép hai bàn tay che đỡ của tôi vào mắt, khiến mặt tôi tối sầm như có bụi bay mờ mịt.

Tôi lùi thêm hai bước rồi xuống tấn để không bị té, y như các chưởng môn bị trúng chưởng của Kiều Phong trong phim Thiên Long Bát Bộ.

Sư tỷ Linh Linh vẫn không dừng lại. Chị tiến tới, co thẳng chân trái lên cao quá đầu, tôi thoáng thấy vài ngón chân nhỏ xíu và bàn thân thon thon nhô ra trên cao từ cái quần võ phục màu trắng tuốt chuẩn bị bổ xuống đầu tôi.

Tôi lùi thêm một bước, hơi ngả người về sau né kịp, nghe hơi gió lành lạnh thổi qua sát mặt từ cú đá thần kỳ chẻ tre huyền thoại của sư tỷ Linh Linh từ trên trời rơi xuống.

Sư tỷ Linh Linh đứng lại nhìn tôi, mồ hôi tuôn ra hai bên má, dính vào những sợi tóc mai trên khuôn mặt trái xoan, làm nổi bật lên nốt ruồi màu đỏ bên dưới tai trái.

- Em đừng nể chị, cứ đánh trả hết sức.

Sư tỷ Linh Linh nhìn tôi, cánh mũi phập phồng theo từng lời vừa nói.

Tôi đâu có nể.

Tôi lo né và đỡ đòn còn chưa xong vì chị đá hay và nhanh quá.

Thời gian như dừng hẳn. Tôi cảm nhận mỗi giây trôi qua dài như một tiếng đồng hồ dù mỗi cuộc song đấu chỉ kéo dài hai phút. Sư tỷ Linh Linh tiếp tục triển khai những cú đá như trời giáng sở trường, còn tôi tiếp tục né.

Lần này tôi đã né tốt hơn, tránh được nhiều cú. Thay vì lùi thì tôi xoay người 90 độ để né. Sư tỷ cũng triển khai đánh đòn tay sau những đòn đá hụt. Tôi vừa lùi, vừa xoay người, vừa đỡ. Cứ thế, tôi đã sống sót trong 120 giây song đấu đầu tiên với sư tỷ.

Sau cuộc đấu, sư tỷ Linh Linh tháo áo giáp ra, xõa tóc xuống, bước đến gần tôi:

- Em cũng nhanh lắm.

Sư tỷ nhe răng nở một nụ cười chào thân thiện. Tôi không biết là mình né nhanh thật hay sư tỷ nương tay với tôi, chỉ biết là mình đã sống sót.

Sau lần đó, tôi nhanh chóng trở thành bia tập đánh cho hai sư tỷ Châu Châu và Linh Linh.

Tâm "đen" từ dạo đó cũng không thấy đến sân võ nữa. Đánh với sư tỷ Châu Châu thì dễ hơn nhiều, vì sư tỷ Châu Châu chỉ có đá ngang giáp-xa hoặc đá ngang nhảy bước. Tôi chỉ lùi một bước thì đã dễ dàng né được.

Dần dần, tôi thích song đấu với sư tỷ Linh Linh hơn vì tôi nhận ra sự nghiêm chỉnh khổ luyện trong mỗi đường tấn, mỗi cú đá, hay mỗi đòn tay của chị. Tôi học được sự tập trung và quyết đoán trong mỗi lần ra đòn.

Tôi thấy cơ thể mình khỏe ra, ăn ngủ ngon hơn, có thêm da thịt, và quên mất mối hận bị bóp cổ ngày nào trong hẻm vắng đường tắt. Có lần tôi vội mua cá mà đi qua con hẻm đó, cũng đám thanh niên ngày ấy nhưng không ai chặn tôi ăn hiếp nữa, tôi cũng quên mất nỗi lo sợ vì mải tập trung vào mấy con cá mới mua cầm trên tay.

Tôi vẫn chưa thấy công lực mình khá hơn, chỉ thấy hình như mình chịu đựng giỏi hơn.

Sư phụ Hùng hay nói với chúng tôi: "Học võ, quan trọng nhất là học được sự điềm tĩnh, sức bền và chịu đựng, chứ không phải học những kỹ năng đánh đấm."

Nói như thầy thì tôi sắp thành công rồi, vì tôi giờ đã điềm tĩnh hơn, quen chịu đựng nhiều cú đánh của các sư huynh sư tỷ, dù công lực vẫn chưa đến đâu.

Nhớ ngày nào, tôi còn sợ bị Tâm "đen" và chị Linh đánh, vậy mà bây giờ tôi đã không sợ song đấu nữa, tôi lì đòn, dám ra đòn đáp trả, và thấy cơ thể mình rắn chắc hơn.

Qua những lần tập đấm bao cát, tập chặt ngói, chặt gạch, bàn tay cầm bút và đôi chân khẳng khiu của tôi dường như cũng đã cứng cáp hơn.

Sư tỷ Linh Linh thì ngày càng bản lĩnh, chị chặt vỡ ngọt xớt một chồng ngói đỏ cao vút chỉ bằng một cú chém tay. Lần nhìn sư tỷ Linh Linh buộc tóc, mím môi hét lớn trong đêm, xuống thế dùng tay không chặt viên gạch tiểu vỡ làm đôi, tôi đã há hốc miệng khâm phục.

Chuyện chặt gạch tiểu là quá dễ với các sư huynh đai nâu trong lớp, nhưng với các sư tỷ như Linh Linh thì đây là lần đầu tiên tôi thấy.

Một lần khác song đấu với sư tỷ Linh Linh, tôi xoay người né cú đấm đầy lực từ bàn tay của chị trượt ngang mặt thật gần, nhờ đó, tôi có dịp nhìn kỹ, là một nắm đấm nhỏ xíu vươn ra từ đôi vai gầy nghiêng nghiêng. Vậy mà đôi vai nhỏ nhắn, bàn tay nhỏ xíu có thể chém vỡ chồng gạch ngói, cục gạch tiểu, hay bất cứ thứ gì trên đời này.

Tôi còn nghe bạn bè trong lớp võ nói sư tỷ Linh Linh học rất giỏi, nhưng tôi không biết chị học ở đâu. Nghe vậy tôi càng phục sư tỷ Linh Linh hơn, vì ngoài giỏi võ thì sư tỷ còn giỏi học.

Hơn nửa năm học võ ở sân nhà văn hóa, tôi ít khi để ý đến cuộc sống bên ngoài của những đồng môn. Tôi ban ngày đi học, chiều cho cá cảnh ăn, ban đêm luyện võ, mơ ước có ngày trở thành võ lâm cái thế.

Một hôm, tôi nghe bạn bè giới thiệu có quán bún nước lèo mới mở ở phường 7 ngon lắm. Buổi chiều học xong, bụng hơi đói, sờ túi còn chút tiền ăn vặt, tôi lững thững đạp xe đi kiếm quán bún nước lèo. Gọi là quán nhưng thực ra chỉ là đôi quang gánh nước lèo trước sân xi măng nhỏ, với mấy cái ghế cóc và bàn gỗ. Mới vào giờ chiều nên quán chưa đông. Tôi đạp xe vừa đến, thấy mới chỉ có mấy người vây quanh quang gánh.

Bỗng một người đàn bà trung niên, người phốp pháp, mặt thoa phấn trắng, môi tô son đỏ dày, mặc bộ đồ bà ba bóng bẩy, đi chung đến với hai thanh niên cao lớn vạm vỡ mặc đồ đen. Tay bà cầm khăn mùi xoa chỉ chỉ vào mặt người đàn bà ngồi giữa quang gánh.

- Tụi mày nhớ trả tiền cho tao sớm, không thì tao dẹp cái chỗ này.

Nói xong, bà đá vào mấy cái ghế gỗ.

Người đàn bà mặc đồ bộ màu thun đỏ cúi đầu, ngồi trên chiếc ghế gỗ lùn giữa nồi nước lèo và thúng bún, hai tay vò vào nhau, nói lí nhí:

- Dạ xin chị cho tôi chút thời gian, tôi sẽ ráng bán bún để trả nợ.

Người đàn bà mặc áo bà ba lên giọng:

- Mày tưởng tao ngu hả. Hẹn hoài, hẹn hoài mà có bao giờ trả.

Tôi bỗng nghe một giọng nói quen thuộc nghèn nghẹn cất lên:

- Má con nói trả là sẽ trả mà dì.

Tôi ngoái nhìn kỹ hơn vào giữa đám đông, nhận ra sư tỷ Linh Linh đang sợ hãi đứng khép nép kế bên mẹ. Đôi bàn tay bé nhỏ mạnh mẽ, từng chặt vỡ gạch ngói của sư tỷ giờ đây đang nắm víu vào tay áo mẹ.

Gương mặt sư tỷ đổ mồ hôi ướt hai bên má, không hiểu do nắng chiều hay sức nóng của nồi nước lèo kế bên. Tóc sư tỷ búi lên cao, cặp mắt tròn xoe long lanh, hơi thở phập phồng như muốn khóc. Riêng nốt ruồi son dưới lỗ tai sư tỷ nhìn vẫn vậy, vẫn nổi bật trên làn da trắng hồng trong ánh chiều vàng nhạt.

Tôi buông tay nhả thắng xe đạp, hít một hơi thật sâu, lùi lại, nhấc đầu xe quay ra đường cái.

Tôi nhận ra sư tỷ Linh Linh hôm nào thư hùng mạnh mẽ trên sàn võ, nhưng hôm nay lại chỉ là một cô gái bé nhỏ, yếu đuối khép nép đứng bên mẹ trước những bất trắc cuộc đời.

Tôi cũng nhận ra sân tập võ và đời thực là hai thế giới khác nhau. Sư tỷ Linh Linh hẳn cũng giống tôi, học võ để trở nên mạnh mẽ. Chỉ khác là cuộc sống của tôi thì đơn giản hơn, còn điều sư tỷ phải đối mặt thì muôn phần phức tạp.

Tôi rướn người đạp xe về nhà, trong đầu vẫn còn bóng dáng hai mẹ con sư tỷ Linh Linh co ro đứng giữa đám người đòi nợ. Cơn đói bụng đã biến mất từ khi nào.

Tôi chợt nhớ ra tối nay là tối thứ Năm, là ngày tôi sẽ song đấu với sư tỷ Linh Linh. Tôi chỉ muốn thấy lại hình ảnh thư hùng của sư tỷ, với cú đá vòng cầu bổ xuống như cánh hoa rơi lả tả. Trong mắt tôi, nhất định sư tỷ Linh Linh luôn là người con gái mạnh mẽ.

Đàn đề kẹt sên

Gần đến dốc cầu Quay, tôi đạp xe chậm lại, cúi người kéo cần đề xe đạp ở dưới sườn xe để chuyển số, cẩn thận lên líp 5 - líp lớn nhất. Tiếng dây xích kêu "cắc cắc cụp cụp," rồi yên ắng, chứng tỏ dây xích đã chuyển lên được líp 5. Tôi vui mừng đạp xe lên dốc. Hôm nay là lần thứ năm tôi chạy thử dàn đề Shimano tự lắp ráp ở nhà. Chạy ở líp 5, tôi cảm nhận lực đạp nhẹ hẳn, từ từ đạp lên dốc cầu cao mà không phải gò lưng thở phì phò như trước.

*

Có chiếc xe đạp dàn đề là mơ ước cháy bỏng của nhiều học sinh lớp 9 như tôi. Dàn đề xe đạp gồm hệ thống chuyển đổi dây xích lên xuống các líp lớn nhỏ ở trục bánh xe, giúp xe có thể chạy nhanh hay chậm hơn.

Khi cần chuyển lên líp lớn như lúc sắp lên dốc, người đạp sẽ thấy bàn đạp nhẹ hơn mặc dù phải đạp nhiều vòng dĩa hơn. Ngược lại, khi thả xuống líp nhỏ, sẽ phải đạp mạnh hơn dù đạp ít vòng hơn.

Xe đạp bình thường chỉ có một đĩa đơn ở chỗ bàn đạp, một líp ở trục bánh sau xe, cả hai nối với nhau bằng sợi dây xích. Vì vậy, mỗi khi có học sinh nào trong trường tôi chạy xe có dàn đề 5 líp là cả đám học sinh sẽ bu lại, vừa xem vừa xuýt xoa, y như thời nay mọi người tụ lại xem siêu xe Lamborghini.

Một chiếc xe đạp có bộ dàn đề không rẻ chút nào đối với đám học sinh chúng tôi. Nó đắt gấp nhiều lần so với xe thường. Lúc ấy, tôi đi học bằng chiếc xe đạp màu xanh dương chỉ có một đĩa và một líp thông thường. Có anh kia học trên tôi hai khóa, đi học bằng xe có dàn đề đến năm đĩa làm tôi mê mẩn. Tôi hay lén nhìn chiếc xe màu đen tuyền dựng dưới gốc cây bàng, thầm ước ao có lúc mình được ngồi lên xe đạp thử. Tôi biết mình chẳng thể đủ tiền mua xe có dàn đề, vì còn phải tiết kiệm tiền mỗi ngày nuôi bầy cá tàu đang lớn.

"Nếu không mua được thì tại sao mình không thử làm bộ dàn đề?" Một hôm, tôi nghĩ vậy sau nhiều ngày ngắm chiếc xe dàn đề của anh học sinh khóa trên.

Thế là, tôi ra tiệm sửa xe của chú Bảy ở đầu chợ, quan sát cách chú lắp dàn đề mới và kéo dài dây xích. Chú Bảy người hơi thấp, tóc dài, lòa xòa chải hai bên. Da chú ngăm đen, miệng chú lúc nào cũng phì phèo điếu thuốc lúc sửa xe bắt ốc. Chú Bảy trước kia thỉnh thoảng sửa xe đạp cho tôi. Về sau, chắc chú nhìn tướng tôi tưởng là học sinh nghèo, nên hay giảm giá sửa xe. Có nhiều hôm chú còn bơm hay nhỏ nhớt vào dây xích rỉ sét cho tôi mà chẳng lấy tiền.

Tôi thích la cà ra tiệm chú, vì thấy chú sửa được tất cả các "bệnh" của xe đạp, từ bắt nan hoa, thay đĩa, thay ổ lăn cho đến vá ruột xe. Chú Bảy tính tình cởi mở, thường ngồi giải thích cho khách hàng để họ hiểu hơn tại sao xe đạp bị hư. Chú tỉ mỉ nói từ nguyên lý dàn đề, cách tra mỡ vào bạc đạn cổ xe mà không làm rớt viên bi. Thi thoảng, gặp khách hàng vui tính, chú cười to sang sảng, há miệng khoe vài cái răng sún.

Sau một hồi ngồi quan sát chú Bảy sửa xe dàn đề, tôi thấy hình như lắp dàn đề cũng không quá khó!

Đầu tiên, chú Bảy dùng mỏ lết tháo líp cũ chỗ trục bánh xe ra, rồi chú lắp líp mới 5 tầng vào, sau đó luồn dây xích nhỏ qua hai bánh răng nhựa của dàn đề, xong quấn xích vào líp xe, vòng qua đĩa, nối dây xích lại bằng mắt xích có kẹp. Làm xong, chú Bảy nghiêng xe đạp trên chân chống, lấy tay thử bàn đạp rồi vặn qua vặn lại, chỉnh dây dàn đề lên xuống líp tạch tạch nghe thật sướng tai.

Cái khó với tôi là kiếm đâu ra bộ dàn đề 5 líp, bộ đĩa đôi, và bộ xích nhỏ, vì cái nào cũng mắc tiền.

Tôi hỏi dò giá cả bộ dàn, thấy mình chỉ đủ tiền mua hai cái bánh răng nhựa. Nhưng không sao, có hai bánh chắc cũng được, nên tôi quyết định thử.

Thấy tôi mua hai bánh xe nhựa, chú Bảy hỏi:

- Con muốn tự làm dàn đề hả?

- Dạ.

- Nhớ là con phải chỉnh sao cho hai bánh xe nhựa bọc dây xích chạy ngay bên dưới líp xe. Nếu con canh không đúng, thì dây xích sẽ bị kẹt.

Chú Bảy cho tôi đem về mấy mắt xích dư, để nối dài dây xích xe đạp của mình.

Thế là, tôi bắt đầu tự chế dàn đề bằng hai thanh nhôm cưa ra từ khung cửa cũ. Tôi giấu không cho ba thấy, vì thế nào ba cũng la nếu biết tôi lấy thanh cửa đi cưa. Tiếp đó, tôi lấy hai con vít dài làm trục bánh xe nhựa, rồi kẹp hai bánh xe vào giữa hai thanh nhôm, sau đó lấy thêm một thanh khác cũng từ cánh cửa, nối hai thanh nhôm này vào trục bánh xe sau. Cuối cùng, tôi tháo mắt dây xích, cẩn thận vòng dây xích qua hai bánh nhựa nhiều vòng rồi nối lại.

Nhìn từ xa, xe tôi giờ đây giống như có dàn đề với hai bánh nhựa, sợi xích chạy vòng qua vòng lại giữa bánh xe nhỏ và líp xe. Tôi đứng lên, phủi phủi bàn tay dính đầy dầu nhớt vào áo thun, hào hứng dắt xe ra ngoài đường chạy thử. Ra khỏi hẻm, vừa mới nhón người đạp xe được vài mét, thì có tiếng "cạch cạch, tẹt tẹt," chiếc xe đạp màu xanh đứng hẳn lại, không nhúc nhích. Thì ra, dây xích bị kẹt luôn trong trục bánh xe. "Dàn đề" giả của tôi do làm từ hai thanh nhôm, chịu không nổi lực oằn của dây xích nên bị cong, khiến xích trượt ra kẹt ngoài đĩa.

Tôi thất thểu kéo xe về nhà, hì hục tháo hai bánh xe và thanh nhôm cong ra.

Hôm sau ra sân đá banh, tôi kể cho Phương, thằng bạn hay chạy cánh tiền vệ với tôi, về dàn đề mới chế của mình thất bại thế nào. Nghe xong, Phương phá lên cười:

- Mày lấy nhôm làm khung dàn thì hư là phải rồi, vì nhôm mềm lắm.

Chiều hôm đó, Phương cho tôi hai miếng sắt có hai lỗ để bắt bánh xe. Tôi háo hức về nhà thay thanh nhôm bằng thanh sắt. Tôi nhận ra, chọn chất liệu khi làm dụng cụ rất quan trọng, ví dụ như cả nhôm và sắt nhìn sơ qua đều thấy chắc chắn, nhưng khi chạy trong môi trường khắc nghiệt mới biết cái nào hơn cái nào.

Buổi thử nghiệm "dàn đề" bằng thanh sắt của tôi thành công! Tôi đạp xe ra đến chợ, rồi quay về nhà mà xe không bị kẹt xích.

Hôm sau, tôi tự hào mang xe đạp đến trường, xem thử có ai ngó "dàn đề" của mình không. Có vài đứa học sinh trong trường tò mò đến xem, thế nhưng khi phát hiện dàn đề của tôi chỉ là có thêm hai cái bánh xe nhựa gắn bên dưới, còn lại vẫn là một líp, không đổi được tốc độ, nên tụi nó bỏ đi. Có đứa còn chê là tôi làm đồ giả.

Tôi buồn lắm, nghĩ cách phải làm sao có dàn đề thật chứ không xài đồ giả được. Tôi lại ra ngoài tiệm chú Bảy xem chú sửa xe tiếp. Chú Bảy hình như hiểu được "mong ước thầm kín" của tôi nên chú hỏi:

- Con chịu mua dàn đề cũ không?

- Là sao chú?

Tôi tò mò hỏi lại.

- Có bộ dàn đề cũ hư rồi nhưng chú sửa lại, chú bán rẻ cho con.

Chú bán rẻ thật, chỉ cần nhịn ăn sáng năm buổi là tôi đủ mua bộ dàn đề cũ. Hôm chú đưa dàn đề, tôi nhanh chóng tháo bọc nhựa ra cầm trong tay, chạm vào mấy bánh răng nhòn nhọn của líp mà lòng vui khôn tả. Tôi đọc hàng chữ Shimano đã bạc màu bên ngoài. Tôi đoán chắc là dàn đề sản xuất bên Nhật Bản.

- Cái khó khi thay dàn đề là tháo líp cũ ra. Con mới làm dàn đề phải kiên nhẫn, phải đục đều tay, từ từ ngược chiều kim đồng hồ.

Chú Bảy chỉ thêm vài chi tiết trước khi tôi về.

Về đến nhà, tôi lập tức tháo bánh xe rồi hì hục tháo cái líp đơn, chuẩn bị gắn líp năm tầng vào. Nhìn chú Bảy cầm cây đục đục vài cái mà líp đã tuột khỏi trục xe, còn tôi đục cả buổi, gần mòn cả líp cũ, hai bàn tay đen thui vì nhớt, có lúc bị búa đóng trượt vào đau nhói, mà cái líp đơn vẫn dính vào trục xe, trơ trơ nhìn tôi thách thức.

Tôi nhớ chú Bảy dặn phải làm chậm và từ từ, nhưng ngồi gần cả tiếng mà vẫn chưa ra. Tôi nản quá, định bỏ cuộc, vác xe ra tiệm để chú Bảy làm cho rồi. Lúc ấy chợt nhớ ra, chú Bảy thường nhỏ vài giọt dầu nhớt vào nếu không mở được, tôi bèn làm theo, nhỏ vài giọt vào chiếc líp và trục xe, hí hoáy đục tiếp. May quá, chiếc líp cũ đã chịu xoay. Tôi nhanh chóng tháo nó ra khỏi trục xe rồi cẩn thận lắp cái líp 5 tầng vào. Sau đó, tôi ngồi chùi lại từng chiếc căm xe cho láng bóng, làm bộ líp 5 tầng và bánh xe nhìn mới hẳn ra.

Hóa ra, nhìn sơ qua thì những gì chú Bảy hay bất cứ người thợ lành nghề nào làm có vẻ đơn giản, thế nhưng khi làm theo thì rất khó.

Hì hục gần nửa ngày, tôi đã lắp xong bộ dàn đề trong mơ. Mệt quá, tôi nằm lăn ra sàn nhà ngủ một giấc. Đến chiều, tôi hí hửng dắt xe ra đạp thử. Tôi hồi hộp bẻ cần số, lên líp, tiếng tạch tạch phía sau báo tôi biết xích xe chuẩn bị chuyển lên líp trên.

Lần đầu tiên chạy xe dàn đề, tôi cảm nhận bàn đạp dưới chân mình nhẹ hơn, như đang đi trên mây. Tôi hí hửng chỉnh lên thêm líp lớn hơn, bỗng lại nghe "tạch tạch, tạch tạch," rồi xe dừng mất, bánh xe sau bị kẹt... Tức quá, tôi xem lại thì thấy mình đã lên số quá đà, khiến dây xích bị kẹt. Thế là tôi lại bặm môi kéo xe về nhà sửa tiếp.

Phương, thằng bạn đá banh, cũng bắt đầu thích xe đạp có gắn dàn đề như tôi. Nó chạy ra tiệm gần chỗ chú Bảy mua cái dàn đề cũ để gắn vào xe nó. Khác với tôi, Phương nhờ chú Bảy gắn vào luôn.

Chiều hôm sau, tôi có buổi "thử nghiệm" thứ năm, buổi quan trọng với dàn đề shimano tự lắp của mình: Đạp xe lên dốc cầu Quay. Đây là cây cầu cao nhất trong thị xã. Tôi tự tin mình sẽ đạp xe từ ngay dốc cầu mà không cần phải lấy đà. Tự ước tính, nếu dùng líp lớn nhất, tôi có thể đạp xe nhẹ nhàng đến gần đỉnh cầu.

Lần thử nghiệm này, mọi việc diễn ra suôn sẻ. Tôi từ từ đạp xe lên dốc. Gió sông Bạc Liêu thổi lồng lộng mát mẻ. Tôi thỉnh thoảng ngoái lại phía sau, lo dàn đề mới lắp của mình rớt ra, rồi mỉm cười khi thấy líp xe vẫn quay đều quay đều.

Đang đi gần đến giữa cầu, tôi nghe bên cạnh có tiếng xe Honda chạy, rồi có tiếng kêu:

- Ê Quỳnh, muốn tao đẩy không?

Tôi quay sang, thấy Phương vừa nhe răng cười, vừa chạy chiếc Honda Cub 70 màu đỏ song song với tôi.

- Ủa, mày biết chạy Honda hả?

Tôi hỏi.

- Ba tao mới dạy cho tao.

Nó chạy song song la lớn.

Tôi cũng vừa đạp lên đến dốc cầu, chống chân thở dốc. Phương cũng tấp xe vào:

- Xe mày đạp được không, có còn kẹt xích không?

- Được chứ!

Tôi vừa cười vừa thở phì phò.

- Xe đạp mày đâu? - Tôi hỏi tiếp.

- Tao không chạy xe dàn đề nữa. Ba tao cho tao chiếc này. Tao thấy chạy Honda sướng hơn nhiều, khỏi phải sợ kẹt xích.

Phương tắt máy, chống chân xuống nói.

Tôi im lặng, nhìn xuống sông Bạc Liêu, buổi chiều, sóng nước đang lớn. Dòng sông phù sa đục ngầu lững lờ trôi dưới cầu. Tôi nhớ mình đã mất rất nhiều thời gian, công sức lắp dàn đề, chỉ để đạp lên cầu nhẹ hơn. Phương thì khác, nó chỉ việc ngồi lên chiếc xe Honda Cup, nhẹ tay vặn ga là đã lên cầu cao thoải mái.

Tôi nhận ra, dù mình có dàn đề shimano mới tinh, có xe đạp xịn đến cỡ nào, có đến 7 lip hay thậm chí 10 lip, thì đạp xe lên dốc cũng sẽ mệt hơn ngồi trên Honda Cub. Rõ ràng, cùng mục tiêu lên dốc, tùy phương tiện mà có hiệu quả khác nhau.

- Thôi tao đi.

Nói xong, Phương nhón người đạp máy nổ chiếc Honda Cup. Chiếc xe giật giật, Phương vặn tay ga cho xe chạy tiếp qua bên kia cầu.

Tôi quay đầu xe đạp, thả dốc, nghe tiếng gió thổi xuyên qua trái tim mình sau khi thằng Phương nổ máy. Dàn đề phía sau cứ kêu è è như chia bớt nỗi buồn, tôi giờ chỉ thầm mong nó đừng bị kẹt.

Nhiều năm sau, tôi đã có chiếc xe đạp thể thao lắp dàn đề Shimano 7 líp 3 dĩa hoàn chỉnh. Vậy mà thỉnh thoảng chạy xe, tôi vẫn còn ngoái lại xem có bị kẹt sên không như một thói quen khó bỏ. Rồi lại bồi hồi nhớ về cậu nhóc năm nào mải mê ngồi coi chú Bảy lắp dàn đề ở đầu chợ, nhớ buổi chiều những hôm rướn người đạp xe qua cầu.

Bánh cuốn dì Năm

Học vẽ xong, tôi đạp xe đến chợ Bạc Liêu thì đã quá ba giờ chiều. Tôi chạy thẳng đến bãi, gật đầu chào chú giữ xe hay gặp. Lấy miếng nhựa thẻ xe xong, tôi nhét vội vào túi áo sơ mi, rồi nhón người, lách nhanh qua những hàng xe đạp cuối bãi. Tôi bóp thắng, dừng lại, dắt chiếc xe đạp mới sơn màu xanh len vào một chỗ hẹp, với tay tháo cuốn sách cuộn tròn kẹp ở sườn xe, cầm ra ngoài đi thẳng đến chỗ dì Năm.

Sau những giờ học vẽ buổi trưa căng thẳng, tôi có một niềm vui nho nhỏ là đi ăn bánh cuốn nóng - bánh cuốn dì Năm. Quầy bánh cuốn dì Năm nằm ở một góc nhỏ bên ngoài chợ nhà lồng Bạc Liêu, ở giữa khu bán vải bên trong và khu bán thịt tươi, rau cải bên ngoài.

Nói là quầy bánh cuốn, nhưng thật ra chỉ là một đôi quang gánh với vài chiếc ghế gỗ, đặt xung quanh nồi hơi nước sôi ùng ục, đậy bằng lớp vải dày màu cháo lòng bên trên để đổ bột làm bánh.

Dì Năm mặc áo bà ba sẫm màu ngồi ở giữa, mồ hôi lấm tấm rịn trên trán. Một tay dì thoăn thoắt cầm giá đổ bột tráng đều lên mặt vải căng nóng, tay kia nhanh chóng cầm nắp nồi che lại. Vài giây sau, lúc dì Năm vừa mở nắp nồi nghi ngút hơi nóng ra, thì miếng bột mỏng trắng đục đã chuyển sang trong suốt. Dì Năm xoay người, với tay bốc nắm nhân thịt băm trộn nấm mèo rải lên miếng bột, rồi cầm thanh tre dài, ép tách lớp bột tròn mỏng có nhân ở giữa thành cuộn bánh dài nóng hổi.

Bên trái dì Năm là kệ rau thơm, cục chả lụa cắt đôi, hũ nước mắm bên trong nổi lều bều múi chanh và ớt đỏ cùng tô hành phi vừa chiên thơm ngào ngạt.

Bánh cuốn nồi hơi của dì Năm nổi tiếng là dẻo, thơm, đặc biệt là nước mắm ngon. Nước mắm của dì Năm làm từ nước mắm nhỉ, pha với nước sôi để nguội, giấm và đường, thêm ớt xanh đỏ, tỏi vàng đập nát, và cả một múi chanh tươi, làm tôi ăn nhớ hoài nhớ mãi.

Tôi hồ hởi chào dì, kéo một chiếc ghế, ngồi xen giữa vài người khác đang xì xụp ăn bánh. Tôi ngước nhìn nồi nước sôi thèm thuồng.

- Con mới đi học về hả? - Dì Năm vừa tráng bánh vừa hỏi.

- Dạ. Dì cho con đĩa bánh y như cũ nghen dì.

Gọi xong. Tôi mở to mắt, háo hức ngồi chờ phần của mình.

"Y như cũ" là đĩa bánh dì Năm làm đặc biệt cho tôi, có thêm giá hấp, thêm chả lụa, nhiều nước mắm và rất nhiều hành phi.

Đến lượt đĩa "y như cũ" của tôi, dì Năm với tay bốc nắm giá sống bỏ lên mặt vải của nồi hơi, lấy nắp đậy lại vài giây rồi lấy ra. Giá hấp nhanh như vậy có mùi bột bánh đặc biệt, mềm bên ngoài cọng nhưng vẫn còn tươi giòn bên trong.

Dĩa bánh cuốn của tôi nổi bật vì ngoài giá hấp còn nhiều miếng hành phi vàng óng xen lẫn rau thơm phủ dày bên trên, che gần hết chả lụa và bánh cuốn. Tôi hăm hở cắn thật chậm từng miếng, cảm nhận vị dẻo bùi, thơm ngậy của bột, độ giòn sừn sựt của nấm mèo, mằn mặn của thịt bằm, hòa lẫn với mùi thơm của chả lụa gói lá chuối. Lúc gần ăn xong, tôi đưa cả đĩa lên miệng, húp sùm sụp hết nước mắm trộn hành phi và chút rau quế thơm còn sót lại.

Tôi ăn bánh cuốn dì Năm nhưng không bao giờ trả tiền, vì luôn có "nhà tài trợ" là... má tôi. Ăn xong, tôi nhoẻn miệng cười nói với dì "Dì Năm nhớ tính cho má con" rồi đứng dậy đi về.

Một bữa, như thường lệ, sau giờ học vẽ tôi chạy ra ăn bánh cuốn. Lúc này, tôi đang học lớp 12, chuẩn bị luyện thi đại học kiến trúc vào cuối năm. Sáng nào đi học, tôi cũng ráng mở căng hai mắt vì tối thức khuya học bài. Đến trưa thì cặm cụi đạp xe đi học vẽ. Mệt mỏi, căng thẳng, nên những dĩa bánh cuốn buổi chiều ở quầy dì Năm là khoảnh khắc hạnh phúc hiếm hoi của tôi.

Gửi xe xong, tôi vô sạp của má gửi mấy cuốn sách và giấy vẽ rồi nhanh chóng chạy tới góc chợ có tiệm bánh cuốn thân quen. Đã hơn ba giờ chiều, thường dì Năm giờ này là dọn gánh bánh cuốn ra rồi, mùi bánh đã thơm phưng phức một vùng. Nhưng lúc bấy giờ góc chợ trống trơn, dì Năm không có ở đó. Tôi nhìn quanh lần nữa để chắc rằng mình đang ở góc cuối khu chợ nhà lồng.

Tôi buồn hiu, ngồi bệt xuống đất nhớ đĩa bánh cuốn chả lụa nóng hổi. Bỗng một giọng nói vang lên phía sau lưng:

- Con kiếm bánh cuốn bà Năm hả?

Tôi quay lại chào người dì bán ở tiệm giày dép:

- Dạ, dì cũng ăn bánh cuốn hả dì?

Dì nhìn tôi cười, nói:

- Không phải, dì bán giày dép ở đây thôi. Dì thấy con thường ra đây ăn. Hôm nay bà Năm bệnh rồi, mai con ghé lại coi sao?

Tôi cảm ơn dì, buồn thiu ra về.

Hôm sau tôi quay lại, nhưng vẫn không thấy dì Năm. Tôi đoán là dì bệnh nặng nên phải nghỉ vài ngày. Hai hôm sau nữa, nỗi nhớ bánh cuốn cồn cào khiến tôi quay trở lại. Một phần vì tôi cũng thấy lo không biết bệnh tình dì Năm thế nào.

Từ xa, tôi đã thấy quang gánh bánh cuốn và nồi hơi nước bốc lên nghi ngút. Tôi mừng quá, chạy nhanh đến. Nhưng lúc đến gần quang gánh, tôi sững lại bởi người đang đổ bánh không phải là dì Năm.

Đó là một cô gái dáng hơi gầy, mặc áo bà ba màu xanh ngọc, quần lãnh dài đen bóng, ngồi trên chiếc ghế gỗ con. Tay cô thoăn thoắt đảo qua đảo lại chiếc muỗng bột bằng gỗ trên miếng vải trắng. Bột bánh lan đều ra vành dưới bàn tay nhỏ bé của cô. Tóc cô búi lại, cột lên cao, mồ hôi lấm tấm phía sau những sợi tóc măng trên chiếc cổ trắng ngần. Da mặt cô ửng hồng nhẹ bởi cái nóng hầm hập của nồi nước sôi. Cánh mũi dọc dừa thỉnh thoảng nhấp nhô theo nhịp múc bột.

Cô gái nhìn thấy tôi, hỏi:

- Hia (anh) ăn bánh cuốn hả?

Tôi lắp bắp nói khi nhìn thẳng vào cặp mắt đen to tròn như hai hạt nhãn của cô gái:

- Dì Năm hôm nay không bán hả cô?

- Má tui bị bệnh nghỉ vài bữa. Hia ăn mấy đĩa?

Tôi mỉm cười, nói to:

- Cô cho tui một đĩa.

Tôi đoán ngay cô này người gốc Hoa như nhà bên ngoại tôi qua cách xưng hô "hia" (anh) và "chế" (chị). Chợ Bạc Liêu có rất nhiều người gốc Hoa, nên tôi nghe riết cũng quen.

Nhìn tay cô đảo bột, tôi đoán tay nghề cô chưa cao như dì Năm. Bánh cô làm có phần mỏng ở rìa, trong khi ở giữa dày hơn. Dì Năm đảo bánh rất khéo, bột bánh chín đều, mỏng nhưng dai vừa phải, không bị bở, nhân nấm thịt bỏ vào không bị bung ra ngoài.

Cô gái quấn bánh chưa khéo nên có chút nhân thịt rơi ra. Tôi buột miệng hỏi:

- Cô ơi, hình như bột cô làm chưa đều, chỗ này hơi mỏng?

Cô gái đang đổ bánh, chợt dừng tay nhìn thẳng vào tôi hỏi:

- Bộ hia cũng biết làm bánh cuốn hả?

Tôi ú ớ không biết nói sao, vì tôi chỉ quan sát và nhớ dì Năm đổ bánh đều. Tôi liền phân bua:

- À, tui không biết, nhưng tui nhớ dì Năm hay xoay mấy vòng cho bột chạy đều ra ngoài.

Cô gái nhìn tôi, cúi đầu, hơi buồn buồn nói:

- Tui có muốn bán bánh đâu, tại má tui bệnh nên mới bán phụ vài hôm.

Tôi thấy hình như mình lỡ lời, đi ăn bánh cuốn thiếu mà còn góp ý chủ quán. Tôi đang miên man nghĩ, chợt có tiếng nói phía sau:

- Hó ơi, cho dì hai đĩa.

"À thì ra cô này tên Hó, tên gì mà kỳ quá!" Tôi nghĩ ngợi trong lúc ngồi đợi đĩa bánh của mình.

- Hia thích ăn chả lụa không? Tui cho hia thêm, không tính thêm tiền đâu. - Hó hỏi.

Tôi gật đầu đồng ý ngay, vì chả lụa chấm nước mắm ăn kèm mỡ hành là món khoái khẩu của tôi.

Hó từ từ đổ thêm bột bánh cuốn, bỏ nhân thịt vào, cuốn lại, bỏ vào đĩa. Cô lấy cây kéo sắt thoăn thoắt cắt cuốn bánh làm bốn miếng nhỏ rồi bỏ thêm nhiều chả lụa, thêm giá trụng, rau thơm, và lớp hành phi dày lên đĩa của tôi. Hó đổ bột không khéo như dì Năm, nhưng được cái là cho tôi nhiều chả lụa, nên tôi thấy vui ngay. Ăn gần hết đĩa, tôi mới chợt nhớ ra, hỏi Hó:

- Cô nói là không thích bán bánh cuốn hả?

- Ừa, tôi chỉ làm phụ má tui vài hôm thôi.

- Cô muốn bán gì?

- Tui không bán buôn gì hết. Tui chỉ muốn lên Sài Gòn học thiết kế thời trang nhưng má tui chưa cho.

Nghe Hó nói, tôi nhớ đến mấy phim Hồng Kông kể về những cô gái ước mơ lên thành phố lớn làm thời trang. Tôi nhìn kỹ lại Hó, thấy cô có vẻ biết cách phối màu và chọn đồ mặc đơn giản nhưng đẹp. Chiếc áo bà ba bó sát, tôn lên bờ eo thon. Chiếc áo xanh ngọc điểm thêm cái lắc nhỏ ở cổ tay Hó đính những hạt cườm trắng làm nổi bật làn da trắng ngần. Chiếc quần lãnh đen bóng, ít ai mặc ở vùng này, làm dịu đi sắc chói của màu áo xanh ngọc.

Hó nói xong, nhìn tôi hỏi:

- Hia làm nghề gì?

- Tui đang đi học.

Hôm nay học vẽ xong sớm, tôi thay quần áo đi đá banh, bộ đồ cũ hơn, cộng thêm cái nắng ban trưa làm tôi đen đi ít nhiều. Chắc vậy nên Hó nhìn tôi không giống học sinh.

Hó nghe tôi nói xong, nói như la lên:

- Tui cũng vậy nè, tui cũng học lớp 12.

Tôi đổi cách xưng hô:

- Bạn học trường nào?

- Bán Công, còn bạn? Chắc bạn học Công Lập?

- Tui học trường chuyên.

- Trời, bạn giỏi vậy... Bạn tên gì ? Tui tên Hó. À không phải, tên Huệ, đọc tiếng Hoa là Hó.

- Tui tên Quỳnh.

Nói đến đó, tôi chợt ngưng lại, cảm thấy được sự đồng cảm. Cả hai đều đang học lớp 12, đều có những ước mơ phía trước. Tôi thấy thật may mắn được ba má nuôi nấng, chỉ ráng sao học cho giỏi. Còn Huệ phải vừa đi học vừa đi bán bánh cuốn.

Tự nhiên, tôi thấy cảm phục Huệ vô cùng. Huệ học cùng lớp (chắc lớn tuổi hơn tôi, vì tôi học sớm) mà đã giỏi quá!

Ăn bánh cuốn xong, chợt nhớ một chi tiết quan trọng là... tôi không có tiền trả. Tôi lúng túng nói:

- À, thường thì tôi ăn xong má tôi trả tiền...

Huệ suy nghĩ một lát rồi nói:

- Ừ, má tui dặn là có mấy người khách quen ăn xong tính tiền sau. Để tui nói lại má. Không sao hết.

Huệ cười, lộ ra hàm răng trắng có chiếc răng khểnh nho nhỏ. Nụ cười làm tôi vừa ngượng vừa thấy vui vui.

Tôi biết Huệ từ đó. Nghe nói dì Năm bị bệnh tim nên dạo này ít bán. Huệ ra phụ bán thường xuyên hơn. Càng gần cuối năm, lịch học càng nặng, cộng với tôi phải học vẽ thêm buổi, nên ít ra ăn bánh cuốn hơn. Tôi thấy nhớ nhớ quang gánh có nồi nước sôi và dáng người nho nhỏ của Huệ, cô gái mặc chiếc áo xanh sáng, lọt thỏm giữa khu chợ ồn ào.

Vài tuần trước kỳ thi tốt nghiệp phổ thông trung học, tôi chạy vội ra quầy bánh cuốn. May quá, được gặp Huệ. Huệ đang phụ dì Năm bán hàng. Tôi nhìn dì, người dì gầy đi, hai hốc mắt như thâm quầng thêm.

Dì Năm thấy tôi, vui vẻ hỏi:

- Mấy hôm nay học dữ lắm hả con?

- Dạ, cũng hơi mệt. - Tôi cười trả lời dì.

Nghe tôi nói, Huệ chen vào:

- Quỳnh học giỏi lắm đó má, học bên trường chuyên.

- Con có tính thi đại học không?

- Dạ có.

Huệ vừa đưa tôi đĩa bánh cuốn, vừa hỏi:

- Ngành gì vậy?

- Kiến trúc.

Dì Năm hỏi dồn:

- Kiến trúc sư hả con?

Huệ nói thêm:

- Trường đó khó vô lắm, con nghe nói mỗi năm Bạc Liêu mình chỉ có một, hai người vô được thôi đó má.

Tôi im lặng vì không biết nói gì. Ở tỉnh lị như chúng tôi, dù học trường chuyên, nhưng để được một suất vào đại học kiến trúc danh tiếng ở Sài Gòn vẫn là điều vô cùng khó khăn.

Dì Năm nghe Huệ nói xong, cười rồi nhìn tôi với Huệ:

- Con Huệ nó cũng muốn lên Sài Gòn thi đại học ngành thiết kế thời trang. Dì không biết ngành đó kiếm sống được không?

Tôi trả lời:

- Dạ. Con nghe nói trong trường kiến trúc cũng có ngành thiết kế thời trang.

Dì nghe xong, vui vẻ hẳn lên, nói với tôi:

- Ừa, vậy con biết gì thì chỉ Huệ giùm dì nghen.

- Dạ.

Một tuần trước khi thi tốt nghiệp phổ thông, tôi ra quầy của dì Năm ăn bánh cuốn. Lần này chỉ có Huệ bán. Như thường lệ, Huệ lấy thêm chả lụa cho vào đĩa của tôi. Xong đâu đấy, Huệ hỏi:

- Quỳnh này, bạn biết lịch thi phổ thông chưa?

Tôi vừa ăn vừa hỏi:

- Là sao Huệ?

- Là Quỳnh sẽ thi ở chỗ nào đó?

Lúc này tôi mới hiểu ra, đập bộp đầu mình một cái, trả lời:

- À, hình như thi bên trường công lập.

- Thiệt hả, có khi nào mình thi chung chỗ không? Tui cũng thi bên trường đó.

Tôi gật đầu không nói gì thêm vì còn đang lo kỳ thi đại học sắp tới, kỳ thi sẽ quyết định cuộc đời mình. Tôi nghe nhiều người kể về những người thi rớt kiến trúc phải ôn lại mấy năm mà rùng cả mình. Ba tháng nay tôi đã dồn sức ôn thi mệt mỏi lắm rồi, không còn đủ kiên nhẫn cho việc học lại nhiều năm.

Tôi đang mải suy nghĩ, chợt Huệ giơ trước mặt tôi mấy bản phác thảo:

- Quỳnh coi nè, đẹp không?

Đó là những bản vẽ phác trong một cuốn sổ học trò nho nhỏ. Bên trong là những mẫu đầm, váy, và áo dài vẽ bằng bút mực. Nét vẽ còn non, nhưng cách Huệ chia bố cục tỷ lệ váy áo và hoa văn ở váy áo đầm, cách điệu từ nét cong cong của hoa lưu li, làm tôi thích thú. Nhưng những bản vẽ của Huệ vẫn là 2D, chưa có bóng đổ.

Tôi giơ tay, mượn Huệ bản vẽ:

- Huệ cho tôi mượn xem chút.

Vừa xem, tôi lấy cuốn sổ Huệ đưa, vừa cầm thêm cây viết hỏi:

- Tôi vẽ thêm chút nhé.

Huệ gật gật đầu. Tôi dùng viết tô bóng đổ của chiếc váy, tạo dáng 3D thay vì 2D. Trong nháy mắt, chiếc váy đã nổi bật hẳn lên.

- Quỳnh vẽ đẹp quá! - Huệ reo lên.

Tôi cũng thấy vui lây vì Huệ là người đầu tiên khen tôi vẽ đẹp. Trong lớp ôn thi đại học kiến trúc bấy giờ, tôi không được thầy chú ý cho lắm, vì tôi thường vẽ theo cảm hứng, ít khi tô bóng hay phác thảo theo cách thầy chỉ. Tô bóng là kỹ thuật quan trọng trong vẽ bút chì, mà tôi thì không giỏi phần này.

Tôi trả cuốn sổ lại cho Huệ, khen:

- Huệ có khiếu thiết kế thời trang lắm. Nếu Huệ mặc chiếc váy này thì còn đẹp hơn nữa.

Tôi nói thật lòng, vì tôi biết dáng của Huệ mặc lên chiếc váy bó eo cách điệu này sẽ rất đẹp.

*

Ngày thi tốt nghiệp phổ thông trung học, còn gọi là kỳ thi tú tài, ở tỉnh tôi gom tất cả học sinh lớp 12 lại thi chung với nhau. Có ba trường cấp 3 ở thị xã là trường công lập, trường bán công, và trường chuyên. Học sinh ba trường này thi tốt nghiệp chung với nhau theo bảng chữ cái.

Bỗng tôi nghe tiếng con gái gọi, một giọng quen quen:

- Quỳnh ơi, Quỳnh!

Tôi ngoái lại nhìn, nhận ra là Huệ:

- Ủa. Huệ hả?

Tôi nhìn Huệ ngẩn ngơ.

Hôm nay Huệ mặc áo sơ mi trắng, quần tây đen, tóc xõa đến vai, tay e ấp ôm cặp màu đen. Cặp mắt Huệ long lanh, to tròn, nhìn tôi nhoẻn miệng cười khoe răng khểnh. Huệ đứng phía sau giàn hoa giấy màu hồng trong sân trường, làm nổi bật chiếc áo sơ mi trắng và dáng nhỏ thon thon.

Thoáng cái, Huệ đã thay hình đổi dạng, từ cô bán bánh cuốn lam lũ hằng ngày thành cô nữ sinh dịu dàng trong sáng.

- Huệ thi phòng nào? - Tôi ú ớ hỏi.

Huệ chỉ tay vào tờ giấy:

- Đây, phòng này nè.

Tôi reo lên:

- Vậy mình thi chung rồi.

Huệ thắc mắc:

- Sao kỳ vậy, Quỳnh đâu có gần tên Huệ?

Tôi mỉm cười giải thích với Huệ:

- À không, tên tôi là Huỳnh, chứ không phải Quỳnh. Nhưng mọi người kêu riết chữ H thành chữ Q.

Vì cùng vần H, Huỳnh và Huệ gần nhau nên cả hai chúng tôi thi chung phòng. Tôi hồi hộp đợi Huệ vào trước, rồi đến mấy người tên Hương, cuối cùng là tôi. Thành ra, Huệ ngồi bàn trên cùng, tôi ngồi bàn dưới cùng.

Đề thi Toán không khó với tôi, tôi làm bài xong thì thấy vẫn còn dư chút thời gian liền ngước nhìn lên phía trước chỗ Huệ ngồi. Từ sau, chỉ thấy mái tóc đen nhánh thả xuống bờ vai. Huệ chắc cũng làm bài xong rồi nên nghỉ tay không cầm bút nữa.

Vừa thi xong môn Toán, cả đám học sinh ùa ra ngoài hành lang, bàn cãi kết quả bài thi. Tôi chạy qua chỗ Huệ hỏi:

- Huệ làm bài được không?

Huệ hóm hỉnh trả lời:

- Được chứ.

Các môn kế tiếp, tôi cũng không có dịp nói chuyện với Huệ vì vừa thi xong là phải lập tức về nhà luyện thi đại học. Chỉ còn vài tuần nữa thôi, tôi sẽ lên Sài Gòn thi đại học, mỗi giờ trôi qua với tôi đều vô cùng quan trọng.

Thời gian chầm chậm trôi. Hơn một tháng sau, tôi nhận tin báo kết quả thi đậu phổ thông, chuẩn bị lên Sài Gòn thi đại học. Chợt nhớ đến Huệ lâu ngày không gặp, tôi vội chạy ra quầy bánh cuốn, định hỏi Huệ khi nào lên Sài Gòn thi, nếu được chúng tôi sẽ đi chung chuyến xe.

Chiều hôm đó, chỉ có Huệ bán bánh cuốn. Tôi thấy vui hơn.

Thấy tôi, Huệ vui vẻ hỏi:

- Nè, dạo này Quỳnh biến mất tiêu. Bận ôn thi dữ lắm hả?

Tôi cũng cười vui, trả lời Huệ:

- Tui lo ôn thi quá trời. Đầu tuần sau tui đi Sài Gòn thi đại học.

- Quỳnh ăn nhiều chả lụa hén.

- Cho tôi thêm hành phi - Tôi cười to, tính hỏi Huệ khi nào đi Sài Gòn.

- Hôm nay Huệ đãi Quỳnh, khỏi tính tiền.

Tôi thoáng ngạc nhiên, rồi vui vẻ nhận ngay món quà bánh cuốn, nói:

- Cảm ơn Huệ.

Bánh cuốn hôm nay Huệ làm ngon hơn. Bánh dẻo đều, bột trong nhưng không bể ra ngoài. Nhân thịt nấm mèo ướp vừa tới không mặn. Giá hấp trụng vừa phải, bên trong cọng giá vẫn giòn tươi còn bên ngoài đủ mềm...

Tôi hí hoáy lấy đũa gắp miếng bánh nóng hổi, dìm vào vũng nước mắm trong đĩa rồi cắn ngon lành, cảm nhận vị ngọt thơm của bánh cuốn mới làm.

Chợt nhớ ra chuyện quan trọng, tôi ngưng ăn, ngước lên hỏi Huệ:

- Khi nào Huệ đi Sài Gòn thi đại học?

Tôi vẫn còn nhớ ước mơ học thiết kế thời trang của Huệ.

Một lúc lâu, Huệ không nói gì. Tôi tưởng Huệ chưa nghe nên hỏi lại:

- Khi nào Huệ đi Sài Gòn?

- Huệ không đi.

- Ủa, sao vậy, tuần sau là bắt đầu thi rồi?

- Huệ thi rớt phổ thông.

Miếng bánh cuốn đang ăn trong miệng tôi đột nhiên đắng lại:

- Sao rớt, tôi nhớ là Huệ làm được mà?

- Huệ không biết, nhưng hôm biết điểm thì rớt rồi.

Tôi không ăn nữa, tạm để đĩa bánh cuốn xuống mà không biết nói gì, mãi một lúc sau mới ngập ngừng hỏi:

- Rồi giờ Huệ tính sao?

- Huệ cũng chưa biết nữa, chắc thi lại rồi tính.

Tôi tự trách mình thật vô tâm. Hôm nọ khi thấy Huệ không làm bài Toán trong phòng, tôi cứ tưởng Huệ giống tôi, nghĩa là đã làm xong bài rồi. Hóa ra là Huệ không làm bài được.

Huệ lên tiếng, phá vỡ bầu không khí im ắng giữa chúng tôi:

- Khi nào Quỳnh lên Sài Gòn?

Tôi trả lời ỉu xìu:

- Tuần sau.

Huệ nhìn tôi, đôi mắt long lanh như muốn khóc:

- Quỳnh gắng thi đậu nhé. Huệ thấy Quỳnh giỏi lắm, lại vẽ đẹp nữa.

- Ừ, tôi sẽ cố.

Chào Huệ xong, tôi đi bộ về nhà, lòng thấy hụt hẫng. Mọi chuyện tưởng chừng như tốt đẹp, hóa ra lại không như chúng ta mong muốn. Giá như lúc trước tôi có thể giúp Huệ học thêm đôi chút, biết đâu ngày hôm nay chúng tôi đều tốt.

Tối hôm ngồi xe đò lên Sài Gòn, tôi nhớ về Huệ, về dì Năm, về gánh bánh cuốn, về những buổi trưa nắng chói chạy xe ra chợ Nhà Lồng.

Một tháng sau, tôi có kết quả đậu Đại học Kiến trúc. Tôi mừng quá muốn la lên khắp xóm. Cả nhà tôi càng mừng hơn, nhất là ba tôi, dạo đó đang bắt đầu bị bệnh.

Buổi chiều, tôi đạp xe chạy thẳng ra chỗ tiệm bánh cuốn dì Năm. Hôm đó không có Huệ, chỉ có dì Năm bán bánh cuốn.

Tôi hỏi thăm dì:

- Dì Năm khỏe không?

Dì cười tươi trả lời:

- Dì khỏe, nghe người ta nói con đậu Đại học Kiến trúc rồi phải không? Con giỏi quá, dì mừng cho con. Bữa nay dì đãi con một đĩa.

Chợ Bạc Liêu nhỏ nên ai cũng biết tôi và các bạn trong trường chuyên thi đậu đại học nào ở Sài Gòn.

- Huệ lúc này khỏe không dì? - Tôi hỏi thăm Huệ trong lúc chờ dì Năm đổ bánh.

- Huệ hả, nó sắp lấy chồng rồi. Huệ thi phổ thông rớt nên vừa có người hỏi cưới, dì đồng ý luôn.

Tôi hỏi mà không tin là Huệ sắp lấy chồng:

- Hả? Nhanh vậy hả dì?

- Thì nó cũng lớn rồi con, cũng đến tuổi lấy chồng rồi. Ai cũng sẽ vậy thôi.

Huệ có thể lớn tuổi hơn tôi, nhưng cả hai đều vẫn còn rất trẻ.

*

Tôi vào học Đại học Kiến trúc, thỉnh thoảng nhớ đến nụ cười răng khểnh của Huệ. Một lần đi ngang qua khoa thiết kế thời trang, tôi tạt vào thăm một người bạn. Tôi giật mình khi đi ngang qua một mẫu thiết kế vẽ chiếc váy trắng thắt eo hở vai, bên dưới gấp vải cách điệu như cánh hoa loa kèn. Mẫu váy vẽ đẹp, bóng đổ tốt, làm tôi chợt nhớ đến Huệ. Biết đâu nếu không rớt phổ thông, giờ này Huệ đã có thể là nhà thiết kế thời trang, đã vẽ ra những bản thiết kế như thế này.

Sau này, tôi nghe nói dì Năm cũng qua Mỹ định cư như nhà tôi. Dì có mở một tiệm bánh cuốn ở đó và buôn bán rất khá.

Tôi đã đi nhiều nơi, ăn bánh cuốn ở nhiều chỗ, nhưng vẫn không quên được bánh cuốn dì Năm và những ngày vất vả ôn thi đại học tại Việt Nam. Bánh cuốn dì Năm, tài trợ bởi má tôi, là niềm vui nho nhỏ giúp tôi vững bụng những đêm "gạo" bài. Tôi cũng không quên cô bán bánh cuốn đã khen tôi vẽ đẹp.

Không biết bao giờ tôi mới có dịp ăn lại bánh cuốn của dì Năm, lúc ấy dĩ nhiên tôi vẫn sẽ nói:

- Dì nhớ tính với má con.

Cô mèo Mimi

Florida.

Một đêm bão. Sấm chớp giật đùng đùng, loang loáng khắp bầu trời. Mưa trút nước trên mặt đường trắng xóa.

Tôi vừa dọn đến Florida được một thời gian, nghe nói nơi đây có hai "đặc sản" nổi tiếng là thịt cá sấu và bão. Tôi thấy mừng vì buổi chiều kịp chạy xe về nhà, nghe dự báo là cơn bão sẽ lớn lắm.

Ăn pizza xong, trong lúc nhâm nhi ly cà phê ấm, xem lại sách vở sau một ngày làm bác sĩ nội trú cực nhọc, tôi nhìn ra ngoài cửa kính lớn, ngắm cơn mưa như trút. Nhớ lại những ngày còn ở Việt Nam, cơn mưa dai dẳng thế này khiến tôi chỉ muốn cuộn mình trong chăn ngủ nướng.

Bất ngờ, một tiếng sấm lớn kèm tia chớp rạch ngang bầu trời, ánh sáng trong chớp mắt chiếu lòa khoảng sân trước cửa kính, làm nổi bật một bóng đen trên nền đất. Tôi kinh hãi trong giây lát vì không biết vật thể đen ấy là gì. Lúc sau bật đèn nhìn ra sân mới biết là một con mèo đen nhỏ mắc mưa ướt sũng. Đôi vai gầy guộc rung rung, bộ lông ướt mưa dính lại sát rạt, con mèo giương cặp mắt to tròn nhìn tôi đầy sợ hãi.

Tôi chợt nhớ trong kỳ thi USMLE[1] có nói đến những bệnh lý có thể lây từ mèo qua người và cách chữa. Chưa kịp nghĩ thêm gì, trên trời bỗng vang lên tiếng sấm còn to hơn trước. Con mèo nhỏ co rúm người lại. Tôi dừng suy nghĩ, chạy vào toilet lựa lấy cái khăn tắm cũ nhất, nhanh chóng kéo cửa kính, lách người ra ngoài trùm khăn vô đầu con mèo rồi ẵm vào nhà.

Lau khô cho nó xong, tôi lấy miếng bánh Pizza Caesars loại 5 đô một ổ to đùng cho con mèo con ăn thử. Ai dè con mèo này thích ăn pizza thật, nó ăn ngồm ngoàm như chưa bao giờ được ăn. Tôi nhớ là còn sữa trong tủ lạnh, liền múc ra pha một chén nhỏ. Nó cũng không từ chối, liếm sạch chén sữa của tôi.

Mưa đã ngớt, trời không còn sấm sét, chỉ còn tiếng rả rích của mưa bong bóng ngoài hiên. Tôi chăm chú nhìn con mèo con, lông nó không hoàn toàn màu đen, thỉnh thoảng có những mảng trắng xen lẫn mảng đen to đùng, y như con bò trên nhãn phô mai "con bò cười" mà tôi thường ăn. Tôi lấy khăn vuốt thêm mấy lần nữa trên người con mèo cho khô, rồi mở cửa, thả nó ra ngoài. Tôi nghĩ chú mèo này có thể là mèo nhà hàng xóm đi lạc qua, hay có khi là mèo hoang.

---

[1] United States Medical Licensing Examination - Kỳ thi hành nghề Bác sĩ tại Hoa Kỳ.

Cửa vừa mở, chú mèo đen trắng chạy ra, ngoái lại nhìn tôi một cái rồi biến mất dạng vào màn đêm trong cơn mưa lất phất.

Hai hôm sau, khi trời vừa xế chiều thì con mèo đen trắng nhỏ bé ấy lại xuất hiện ở cửa. Lần này tôi nhìn kỹ hơn, thấy con mèo dơ quá, bụi và đất dính đầy người, thân thì ốm tong teo. Tôi nghĩ chắc đây là mèo hoang.

Con mèo con đứng trước cửa kêu "meo méo, meo méo" lúc nhanh lúc chậm. Tôi nghĩ một lát rồi lục tủ lạnh xem hôm nay mình ăn gì, thấy còn chút bánh mì chả lụa mua ở tiệm Việt Nam hồi chiều. Tôi mang khúc bánh mì và chén sữa ra sân, con mèo thấy miếng ăn chạy vội đến chén ngon lành. Tôi đưa tay vuốt vuốt đầu nó, nó liền cụp tai lại, chui hẳn đầu vào tay tôi. Đây là một con mèo cái.

Cứ thế, mỗi buổi tối cô mèo con lại chạy đến nhà tôi ăn tối. Tôi chia cho Mimi, tên tôi tạm đặt cho nó, bất kỳ món gì tôi ăn hằng ngày, từ pizza, bánh mì, đến phở.

Một hôm sau khi ăn, Mimi không đi nữa, nó cuộn tròn người ngủ trước hiên nhà. Tôi bèn lấy cái khăn tắm cũ đắp cho nó.

Tối hôm sau, trời đổ mưa. Lần này tôi cho Mimi vào hẳn trong nhà, mặc dù vẫn cảnh giác các bệnh truyền nhiễm từ mèo như đã học trong kỳ thi USMLE. Ăn xong, Mimi cuộn người ngủ một góc. Tôi có thể nghe tiếng khò khè của cô nàng, chắc hẳn cô đã có một ngày vất vả bên ngoài.

Mưa tạnh, tôi mở cửa cho Mimi về, nó giả bộ không nghe, cuộn tròn ngủ tiếp. Tôi đành cho Mimi ngủ ở phòng khách. Sáng hôm sau, nó vẫn nhất định không chịu về. Nó duỗi bốn bàn chân bé xíu, ngáp ngáp mấy cái nhìn tôi rồi ngủ tiếp. Tôi buồn cười chịu thua, đồng ý cho Mimi ở lại một góc nhỏ ngoài phòng khách.

Tôi tắm cho Mimi, ngạc nhiên là chỉ sau một lần tắm rửa sạch sẽ, bộ lông Mimi bóng mượt và đẹp hẳn ra. Mimi cũng mau lớn lắm. Mới ngày nào vào nhà tôi, nó chỉ to hơn nắm tay, mà bấy giờ đã dài hơn hai nắm tay của tôi chụm lại.

Một đêm, tôi đang ngủ say thì thấy có gì cọ cọ lên chân mình. Tôi ngoái nhìn xuống thì không biết bằng cách nào, Mimi đã len vào giường nằm dưới chân tôi. Tôi mỉm cười, đạp đạp nhè nhẹ mấy cái vô lưng nó rồi ngủ tiếp.

Tôi lên mạng tìm hiểu về cách nuôi mèo bên Mỹ. Cẩn thận hơn, tôi còn ôm Mimi đi chích ngừa và cắt lông. Lần đó tôi tốn gần 50 đô-la cho nó. Tôi tự hỏi sao khám bệnh cho mèo lại mắc tiền như vậy. Chưa hết, cô bác sĩ thú y hỏi tôi có muốn spraying (cắt buồng trứng) của Mimi để sau này Mimi không có thai không. Tôi hỏi giá tiền thấy mắc quá nên thôi, mang Mimi về nhà.

Thế là Mimi ở hẳn nhà tôi, có thêm họ Trần - Mimi Trần. Hằng ngày Mimi thư thả dạo chơi ngoài vườn, tối về ăn pizza và ngồi coi tivi với tôi.

Mimi bắt đầu quen với cuộc sống mới. Cô nàng hay ngồi lên bàn xem tôi học bài. Có lần tôi đang học thì nghe tiếng Mimi gào thét. Tôi ngạc nhiên chạy ra, thấy Mimi kêu to "Meo eo eooo....". Bên ngoài có một con mèo Mướp Xám rằn ri, tôi đoán là mèo đực, có lẽ đang làm quen nói chuyện với Mimi.

Hai con, Mimi và Mướp Xám, trao đổi với nhau bằng thứ ngôn ngữ riêng mà tôi không hiểu, chỉ biết là hai anh chị có vẻ thích nhau, muốn đến gần nhau hơn, nhưng chuyện tình đôi lứa bị lớp cửa kính và cửa lưới ngăn cản. Tôi thấy cặp tình nhân này dễ thương quá, lại nghe tiếng Mimi kêu gào nên kéo cửa ra. Cửa vừa mở, Mimi đã chạy ra, Mướp Xám cũng chỉ chờ có thế, "nắm tay" dẫn Mimi biến mất trong màn đêm.

Sáng sớm hôm sau, khi tôi vừa chuẩn bị đi làm thì Mimi trở về trong bộ dạng tiều tụy, lông bị cắn vài chỗ ở gần cổ. Tôi mở cửa cho Mimi vào, cho nó uống sữa và ăn pizza. Sau đó tôi đi làm.

Những buổi tối kế tiếp, Mướp Xám lại hẹn hò với Mimi. Tôi bắt đầu bực vì cả hai con đều kêu gào thảm thiết mỗi tối, y như có ai đó ngăn cách chúng.

Mãi sau này tôi mới biết khi loài mèo chuẩn bị phối giống, mèo cái thường kêu rất to.

Dạo gần đây, Mimi đi vài hôm mới về, bộ dạng bơ phờ, mệt mỏi. Không thấy Mướp Xám xuất hiện. Thay vào đó, có một "anh" mèo trẻ tam thể[1] đứng

---

[1] Loại mèo có ba màu: trắng, đen, và vàng.

trước cửa. Cũng như lần hẹn trước, Mimi gào thét thảm thiết như chia ly tử biệt đến nơi. Tôi bực mình mở cửa cho nó ra ngoài. Tam Thể chỉ chờ có thế, nhanh chóng dẫn Mimi đi mất.

Vài hôm sau Mimi lại về, tôi chán nản định cho nó đi luôn, vì thấy bản tính mèo hoang đúng là khó sửa, nhất là trong mùa phối giống. Nhưng Mimi có bầu, khiến ý định cho nó đi của tôi biến mất.

Nhìn cái bụng tròn lắc lắc, với kiến thức y khoa của tôi, tôi đoán là nó đã có bầu được một thời gian. Mimi biếng đi ra ngoài hẳn, chỉ muốn nằm nhà, uống sữa và ăn pizza. Tôi muốn đuổi Mimi về nơi hoang dã, nhưng nghĩ đến những đứa con sắp ra đời trong mùa giông bão, đành thay đổi ý định. Thôi thì kệ cứ cho nó ở đây vài tháng đến khi sinh xong. Tôi cũng không biết sẽ làm gì với mấy con mèo con, vì tôi nghe nói mèo đẻ nhiều lắm.

Một buổi chiều, Mimi nằm phơi nắng dưỡng thai, thì Mướp Xám bất ngờ xuất hiện. Bẵng đi một thời gian, "người yêu" đầu tiên của Mimi trở lại có vẻ phong độ hơn xưa. Dáng Mướp Xám mập mạp, oai vệ, đi tới đi lui trước hiên nhà tôi chờ Mimi mở cửa, mà thật ra là đang chờ tôi mở cửa.

Tôi vừa định để cho đôi trẻ gặp lại nhau sau bao ngày xa cách thì đột nhiên Tam Thể, "người yêu sau" của Mimi cũng vừa đến. Cuộc tình tay ba đến hồi chạm mặt, cả ba không nói nên lời. Mimi ở trong nhà ôm bụng bầu nhìn ra ngoài, Mướp Xám và Tam Thể gầm gừ nhìn nhau, không biết ai là cha của những con mèo con.

Tam Thể gào lên một tiếng, lùi về sau lấy đà rồi búng người về trước, cắn vào tai Mướp Xám. Bị cắn trúng đau điếng, Mướp Xám kêu to, xoay người ngậm cổ Tam Thể. Hai con mèo quần nhau một hồi, cào nhau trong tiếng gào rú, lẫn vào bụi đất dưới sân trước hiên nhà.

Xong cuộc đại chiến giữa hai tình địch, Mướp Xám thua, bị cắn đứt tai bên phải, máu chảy thành dòng che đi một phần khuôn mặt. Tam Thể bị cắn ở cổ nhưng chỉ trầy nhẹ. Hai con đều bị những vết thương khác trên người. Mimi trong nhà nhìn ra với đôi mắt long lanh, chỉ biết lặng thinh.

Mướp Xám bước đến gần, nhìn Mimi thêm một chút, rồi buồn bã bước đi. Tam Thể ngồi liếm lông một lát, rồi nháy mắt với Mimi ra hiệu. Cô nàng õng ẹo mang bụng bầu ra cửa kêu “meo meo...”. Tôi hiểu ý mở cửa cho nó ra ngoài, chợt nghĩ không biết mình hay mấy con mèo mới là chủ nhà.

Thế là Mimi và Tam Thể dắt nhau đi mất.

Từ đó, tôi cũng không thấy Mimi trở về.

Vài tháng sau, trong một lần mang rác đi đổ phía sau nhà, tôi nghe tiếng “meo meo...” quen thuộc. Nhìn lại, hóa ra là Mimi và Mướp Xám đang cùng một bầy mèo ba bốn con lục rác kiếm đồ ăn. Vậy là cuối cùng Mimi đã về lại bên Mướp Xám.

Tôi chợt nhớ ra, chạy vào nhà lấy nửa ổ bánh pizza Caesars 5 đô cho gia đình Mimi-Mướp Xám. Cả bầy mèo quây quần ăn pizza vui vẻ, vèo một cái đã hết.

Có lẽ cuộc sống hoang dã vẫn thích hợp với Mimi hơn, quan trọng là nó đã có gia đình, tìm được "người đàn ông" che chở cho đời mình, cũng đã không còn vào nhà tìm tôi nữa.

Còn tôi, vẫn tiếp tục với cuộc sống Florida, thỉnh thoảng đem đồ ăn ra bãi rác cho cả gia đình mèo.

Hồn Tết Việt

Tôi đưa hai bàn tay lên bịt chặt lỗ tai, nhắm hai mắt đã cay xè, cổ bắt đầu ho sù sụ vì mùi cay nồng, hăng hắc nhưng ngất ngây của khói pháo.

Tết của tôi đã đến rồi.

Những ngày cuối tháng Chạp lúc nhỏ, tôi thường cảm nhận Tết đang đến bằng mùi. Bắt đầu là mùi khói pháo, rồi mùi lá chuối non đang chín của nồi bánh tét, mùi mồ hôi của ngoại khi tất tả dọn mâm cơm đưa ông Táo về Trời, mùi áo sơ mi mới má tôi mua ngoài chợ, và mùi thơm tờ tiền thẳng cứng mới được ba má lì xì đêm giao thừa.

Buổi sáng mùng Một thức dậy, mùi lành lạnh của cơn gió nhẹ khe khẽ thổi qua khóm mai vàng trước ngõ làm tôi háo hức nghĩ đến việc mình sẽ lớn thêm một tuổi, sẽ thành người lớn, sẽ được đi chơi thoải mái, và... sẽ không phải đi học nữa.

Mùi pháo là mùi Tết của tôi. Khi nhà tôi dọn xuống Bạc Liêu, mùi quyến rũ của pháo kéo tôi đến hội chợ Tết, đến nhà bạn bè, đến trường học đốt pháo lậu, cho đến khi pháo bị cấm đốt.

Vậy mà có ngày tôi được ngửi lại cái mùi độc nhưng quyến rũ của pháo tại một nơi tôi không thể tưởng tượng được: Michigan, Hoa Kỳ.

Năm 2000, khi bắt đầu cuộc sống mới tại Mỹ, tôi muốn đi tìm lại cảm giác Tết ngày bé. Nhà tôi lúc đó ở thành phố Holland, Michigan, nơi có vài trăm gia đình người Việt sinh sống. Những năm đầu tiên đón Tết bên Mỹ, tôi háo hức đi gặp đồng hương, nói tiếng Việt thỏa thích, và ăn đồ Việt đầy bụng.

Đêm giao thừa diễn ra trong cái lạnh buốt giá, âm 10 độ C. Tuyết rơi như bụi, từng đợt trắng xóa, bay cuốn theo từng cơn gió ngoài trời. Đám đông vài trăm người tụ tập trong sảnh, mở rộng cửa lớn đón cái lạnh như cắt từ bên ngoài và bắt đầu đốt pháo.

Tiếng pháo đì đùng vang lên phá tan không khí tĩnh mịch đêm đông vùng Đông Bắc nước Mỹ. Phong pháo dài thòng, kéo lê trên mặt đất, được treo trên cây cột sắt nhỏ xíu ngoài sân. Tiếng pháo nổ chát chúa liên tục thỉnh thoảng bị tiếng pháo đại nổ ầm ầm chen vào, pha lẫn làn khói trắng ẩn hiện dưới chiếc đèn cao áp giữa đêm.

Mùi pháo nồng nồng hăng hắc xộc lên mũi làm tôi chợt nhớ về ngày xưa. Trong phút chốc, tôi như được đưa lên cỗ xe thời gian trở về tuổi thơ bịt tai ngửi pháo ngày ấy.

Pháo đốt xong, khoảng sân tuyết đột ngột vắng lạnh trở lại. Cơn gió đêm đông nhanh chóng lấp đi mùi pháo nóng. Trước sân chỉ còn vài vệt sương khói mờ mờ trên nền tuyết. Mọi người lục đục kéo nhau vào sảnh, tiếp tục chương trình ca nhạc mừng Xuân.

Sau một đêm thì hết Tết.

Sáng hôm sau, mọi người trở lại cuộc sống bận rộn như trước. Chị và má tôi dậy sớm đi làm. Còn tôi vẫn lái xe đi học như mọi ngày. Không ai còn nhớ hôm nay là ngày Tết Việt. Không có bất kỳ dấu hiệu Tết nào trên đường. Duy nhất tại tiệm Việt trong vùng vẫn còn bày bán mứt, bánh chưng, bánh tét, thầm nhắc đồng hương vẫn còn mùi của Tết.

Nhiều năm sau đó, tôi vẫn chưa tìm được lại hồn Tết ngày xưa của mình, dẫu rằng tôi đã dự nhiều cái Tết của cộng đồng người Việt tại Mỹ. Một lần, tôi tình cờ về Việt Nam vào dịp Tết. Tôi cứ tưởng mình sẽ tìm thấy hồn Tết ngày xưa.

Lúc ấy việc đốt pháo đã bị cấm. Đêm giao thừa, tôi đứng trên sân thượng nhìn xuống Sài Gòn lung linh. Xe cộ đã bớt chạy trên đường. Ánh đèn vàng lay lắt chiếu xuống cọn đường vắng khi trời dần khuya. Tiếng ồn ào từ còi xe thường ngày cũng dần lặng bớt.

Đúng mười hai giờ, tiếng còi tàu trầm trầm từ cảng Bạch Đằng kéo vang một hồi xa. Trong nhà, tiếng chuông kêu kính coong ngân nga buổi cầu nguyện năm mới. Bên nhà hàng xóm, ai đó mở bài hát Happy New Year mang âm điệu vui tươi. Mùi nhang thơm, mùi áo mới, và cả mùi tiền mới trên bàn thờ làm tôi thoáng bồi hồi.

Tôi đứng đó, im lặng hít thở không khí Tết Sài Gòn vào thật sâu trong mình để cảm nhận, nhưng vẫn chưa thấy hồn Tết tôi tìm.

Vài năm trước, tôi dọn nhà từ Michigan qua Los Angeles, California và mở phòng mạch. Đêm giao thừa ở California, tôi cùng bạn bè đến một ngôi chùa ở khu thủ đô người Việt, Little Sai Gon. Trời vừa tối thì người xe trên đường đã chật cứng như nêm. Chúng tôi phải đậu xe khá xa, đi bộ một lát, băng qua vài ngã tư mới đến cổng chùa.

Vừa vào được trong sân chùa, mùi mồ hôi, mùi nước hoa đắt và rẻ tiền xen lẫn mùi nhang, mùi hoa cúc làm tôi chợt nhớ về ngày xưa. Tôi vất vả lách người giữa đám đông, hướng về chỗ mọi người đang tụ tập để xem đốt pháo.

Gần đến giờ giao thừa, chùa bắt đầu đốt pháo trên khoảng sân trống, ông Địa và ông Lân nhảy múa trong tiếng pháo đì đùng và tiếng trống. Tất cả hòa quyện vào nhau, cho tôi cảm giác Tết Cali ấm và gần giống như Tết hồi xưa của tôi.

Nhưng tôi vẫn chưa thấy đủ.

Đón giao thừa xong, tôi lái xe về nhà thì đã quá khuya, tôi với tay mở cổng, bấm nút đóng garage, rồi nhè nhẹ mở cửa bên hông đi vào nhà. Chợt má tôi mở cửa phòng hỏi vọng ra:

- Con mới về hả?

Tôi cởi giày, bước nhanh qua phòng khách, chợt thấy mâm trái cây ngũ quả mới chưng và cây nhang vừa đốt lóe sáng trên bàn thờ ba tôi. Mùi trái cây tươi và mùi nhang thơm làm tôi tỉnh ngủ. Ở cuối góc hành lang, má tôi đang đứng cạnh cửa phòng nhìn tôi mỉm cười.

Tôi chợt nhận ra mùi Tết của tôi là đây, ngay lúc này, là về lại căn nhà của mình với người thân trong ngày Tết. Không pháo, không hoa, không đồ mới lẫn tiền mới, tôi vẫn cảm nhận đầy đủ mùi và hồn Tết của mình, điều tôi tìm kiếm bấy lâu nay.

Lạc lối hiking

California là thiên đường của hiking[1] với hàng trăm dặm bãi biển, hàng ngàn ngọn núi, và hàng chục ngàn con đường để "đi bụi" ngắm cảnh.

Buổi sáng Chủ Nhật ấy, sau khi ăn sáng, nghe nhạc, uống cà phê xong, tôi xuống nhà, lên xe, hăm hở bấm địa chỉ nơi mình sẽ đi bộ hiking vào GPS, rồi cho xe thẳng tiến. Đến nơi hẹn, tôi vất vả mãi mới tìm được một chỗ đậu xe rất xa khu cổng vào, rồi từ từ đi bộ đến chỗ cổng hiking, chờ đợi. Đợi hoài không thấy ai, tôi gọi điện cho đám bạn thì mới biết mình đi nhầm chỗ.

Thì ra chỗ tôi bấm và chỗ đi hiking cùng tên nhưng khác địa chỉ, cách chỗ tôi muốn đi khoảng 1 giờ đi bộ.

Trong lúc đi bộ ra xe, tôi nhớ lại thuở nhỏ ở Việt Nam đã có lần hẹn đi hiking cùng đám bạn, và tôi cũng đi nhầm chỗ...

***

[1] Hiking: đi bộ đường dài với mục đích rèn luyện, giải trí và khám phá thiên nhiên.

Hồi còn ở Cái Dầy, tôi đã mê bắt cá lia thia đồng về nuôi. Một buổi trưa, học xong, trời mưa dầm dề, tôi vừa chạy về đến nhà thì thằng Bảo ở cùng xóm đã đón tôi ngoài hẻm với tin nóng hổi:

- Chiều nay đi bắt cá với anh Hải, ruộng bà Mười ở bờ kinh Xáng Cạp nha.

Địa chỉ hẹn hò hiking thời ấy thô sơ, không có giờ giấc chính xác, không có địa chỉ rõ ràng, cũng chẳng có zip code, nhưng ít khi tôi đi lạc.

Anh Hải lúc bấy giờ là thần tượng của cả xóm tôi, vì nhà anh có hàng chục chai nước biển chứa đầy cá lia thia đồng. Tôi thường chạy qua nhà anh xem cá, thò tay chọc chọc vào chai nước biển đến khi con cá lia thia đồng phùng mang, cong người, giương đuôi tròn lên. Cá lia thia đồng trống thon nhỏ dài cỡ ngón tay út, thân nâu đỏ có các đốm vuông xanh lá cây óng ánh, đuôi tròn rẽ quạt sọc đỏ xen giữa xanh lá cây.

Sông Cái Dầy trước đây chỉ là một nhánh sông cạn chạy dọc theo quốc lộ 1, đến cầu Cái Dầy thì rẽ trái. Nay có con kênh đào bắc qua, chạy thẳng từ ngoài vào, tạo một ngã ba gần cầu.

Tôi chưa đến nhà bà Mười bao giờ, nhưng nghe thằng Bảo tả là nhà có cây bình bát gần kinh Xáng Cạp, có hàng ổi phía trước hàng rào, có con chó đen hay sủa, và có đống rơm vàng phía hông nhà. Sau đống rơm là dãy ruộng đã cắt lúa, vừa vào mùa mưa, chưa kịp cấy mạ. Cá lia thia đồng hay chui vào các vũng nước chân trâu để làm tổ.

Buổi chiều, tôi cho con Mực ở nhà canh cửa, rồi lấy cái bọc nhựa nhỏ bỏ vào túi quần để chuẩn bị bắt cá lia thia đem về. Tôi hí hửng nhắm hướng kinh Xáng Cạp mà đi.

Quả đúng như lời thằng Bảo, có một căn nhà nho nhỏ nằm dọc bờ kinh mới, có ụ rơm, có hàng ổi, có con chó đen nhìn tôi lườm lườm không thèm sủa, nhưng sao chỉ có mình tôi mà không thấy anh Hải và thằng Bảo... Trời mưa vừa dứt, nắng nhè nhẹ đang lên.

Tôi từ từ đi ra phía sau ruộng lúa. Gió chiều hiu hiu thổi, mùi đất ẩm và mùi nước sình làm tôi thấy lòng nhẹ nhàng sảng khoái. Tôi xắn quần lên cao, từ từ lội bì bõm tìm các vũng nước móng trâu có bọt nổi lên, thường đó sẽ là ổ cá lia thia đồng. Đi dọc theo bờ ruộng, tôi xém la lên khi thấy một đống bọt trắng to nằm bên vũng nước nhỏ, tôi càng mừng hơn khi thấy vài đốm vàng trong đám bọt trắng, như thế tức là có cá lia thia trống đang ép trứng.

Thường cá lia thia đồng mái đến mùa sinh sản sẽ dụ cá trống chạy theo. Đến nơi thích hợp làm tổ ấm thì cá trống sẽ nhả bọt làm ổ. Sau khi thành đôi, cá mái sẽ đẻ trứng, cá đực rưới tinh trùng lên, rồi ngậm từng cái trứng thụ tinh thả vào đám bọt phía trên để ấp nở thành cá con. Cá đực tiếp tục canh giữ và bón ăn cho bầy cá con đến khi chúng lớn.

Tôi đang hí hửng chuẩn bị thò tay vào ổ cá để tìm con cá đực, thì có giọng la lớn. Tôi ngước nhìn, thấy một con bé cao cỡ mình, tóc thắt bím bỏ hai bên, mặc đồ bộ thêu hoa vàng, đi đôi dép nhựa đứng trên bờ ruộng nhìn tôi:

- Ê, đừng có bắt nó!

Tôi còn chưa biết nói gì thì nó bảo:

- Tao canh nó mấy hôm rồi, nó mới có trứng thôi, mày đừng bắt.

Tôi dừng tay, ngước mắt hỏi đầy tức tối:

- Bộ ruộng nhà mày à?

Nó nhìn tôi thách thức:

- Không phải của nhà tao. Nhà tao ở gần đây, nhưng tao canh không cho người ta bắt con đực. Vì nếu mày bắt đi thì bầy cá con nở ra sẽ chết.

Nghe con bé nói cũng có lý. Tôi tự dưng nghĩ đến đám trứng nở ra cá con không có cha sẽ bị cá khác ăn thịt hay chết vì đói. Tôi liền lý luận:

- Hay là tao đem cả ổ có trứng về nhà?

Con bé khoanh tay đứng nói giọng kẻ cả:

- Tao thử rồi, cả bầy chết hết vì không quen nước.

Nghe nó nói xong, tôi bỏ ý định bắt cá chỗ này. Tôi đứng lên định đi tìm tiếp chỗ khác. Chợt nhớ ra trời đã bắt đầu ráng chiều, nhưng vẫn chưa thấy thằng Bảo xuất hiện. Tôi bèn hỏi:

- À, ruộng bà Mười là chỗ này phải không?

- Không phải. Nhà này của ông Tám. Bà Mười ở đằng kia, phía sau rặng dừa.

Vậy là tôi đã đi nhầm chỗ.

Tôi cám ơn con bé rồi nhắm rặng dừa đi tới. Đến nơi hẹn bắt cá thì trời đã chiều, thằng Bảo nói như reo:

- Tao và anh Hải bắt được luôn hai ổ có trứng nè, mày coi đi.

Tôi nhìn thấy đám bọt trắng trắng, điểm vài đốm vàng qua cái bọc nilon đã sờn màu, chợt nhớ đến lời con bé áo hoa vàng. Tôi hỏi anh Hải:

- Anh Hải, mình bắt cá có sẵn trứng về, rồi nuôi trứng nở ra cá được không anh?

- Ít lắm, vì đa số trứng cá sẽ chết do thay đổi môi trường.

Thấy anh Hải nói cũng giống như con bé mặc áo hoa vàng, tôi liền đề nghị:

- Nếu vậy thôi mình bắt về làm gì, hay là cứ để cho trứng cá nở ở đây đi anh.

Anh Hải nhìn tôi một lát, rồi trả lời:

- Nếu mình không bắt thì mấy con cá khác như cá bãi trầu, cá rô, hay cá lóc cũng sẽ ăn hết đám trứng cá lia thia này, thậm chí ăn luôn con cá đực canh trứng.

Tôi lặng thinh không biết nói gì thêm. Ba chúng tôi đi dọc theo bờ ruộng, bắt thêm được vài con cá lia thia đồng bỏ vào bọc, rồi cả bọn lững thững đi bộ về nhà.

Một tuần sau, tôi chạy ra chỗ ruộng ông Tám để xem ổ cá lia thia thế nào. Vừa đến nơi, tôi giật mình vì đám bọt đã biến mất, chỉ còn vài cái trứng dính vào thành miệng hố. Bên dưới là một con cá rô bụng to đang nằm ngủ im. Thấy tôi đến, con cá rô bắn vọt ra ngoài, để lại một vệt sình dưới làn nước trong veo, lóng lánh ánh chiều tà.

Tôi nhớ đến lời con bé mặc áo thêu hoa vàng, và nhớ đến lời anh Hải nói về những mối nguy hiểm luôn rình rập sự sống của những con cá lia thia chưa nở, thoạt nhìn tưởng như bình yên nhưng lại đầy nguy hiểm, dù là ngay dưới mái nhà bọt trắng của con cá đực ngày đêm bảo vệ bầy con.

*

Điện thoại tôi lại reo vang, đầu dây bên kia là thằng bạn gọi vào, nó nhắn tôi địa chỉ hiking mà tôi cần tới. Tôi bấm nút, chuyển địa chỉ từ điện thoại vào hệ thống GPS trên xe, quay đầu xe chạy đến chỗ hẹn.

Vừa đến nơi, tôi đã thấy cả bọn đang đợi.

Anthony, bạn tôi, nhanh chóng giới thiệu tôi với đám bạn mới. Tôi gật đầu chào mọi người. Cả bọn cùng đi đến lối vào hiking.

Những con đường hiking ở California thường là đường mòn chạy dọc theo sườn núi hoặc lối đi giữa rừng. Lối vào hiking có bảng chỉ đường rõ ràng, có cả bản đồ cho biết con đường dài bao nhiêu. Dọc đường hiking có những trạm nghỉ và chỗ uống nước. Chỗ hiking này mới lạ với cả bọn chúng tôi. Đây là con đường hiking chạy giữa các khe núi, nghe nói cuối đường sẽ có thác nước tuyệt đẹp.

Cả nhóm sáu người mon men đi theo con đường dọc triền núi. Xa xa, tôi thấy con đường mòn dẫn lên trên núi không một bóng người, cây bụi rậm rạp mọc dài theo lối đi.

Anthony đi trước, kế đó là nhóm bạn mới quen, và tôi đi sau cùng. Hôm trước tôi đi đá banh, bị chạm vào đầu gối trái nên chân hơi đau. Tôi nói với Anthony:

- Tụi mày cứ đi trước. Lát đến chỗ nghỉ gặp lại. Tao đau chân, không đi nhanh được.

Tôi tìm một tảng đá bên đường, ngồi xuống nghỉ, mở nắp chai nước ra uống một hơi. Mặt trời đang dần lên cao làm cái nóng hầm hầm của con đường đá sỏi càng trở nên dữ dội.

Tôi chỉnh lại vành nón che nắng, chỉnh lại kính mát, uống thêm ngụm nước rồi đứng dậy đi tiếp. Một lát sau, tôi cũng bò lên đến trạm nghỉ, đã thấy Anthony và cả bọn ngồi đó. Anthony vui vẻ hỏi tôi:

- Christy đâu rồi?

Tôi ngơ ngác hỏi lại, vẫn còn thở hổn hển:

- Christy nào?

Anthony cười hóm hỉnh nói:

- Christy là cô bạn hồi nãy mày mới gặp. Nó thấy mày đau đầu gối nên đi bộ từ từ đợi mày.

Tôi nghiêm giọng nói:

- Tao không thấy Christy nào cả.

Tôi nhìn cả nhóm, đếm lại chỉ còn năm người. Vậy là chúng tôi lạc mất Christy. Chỗ hiking này nhìn lại càng vắng vẻ. Lúc đậu xe, chỉ thấy có vài chiếc xe mà tôi đoán là của nhóm tụi tôi. Khu vực xung quanh toàn đồi núi, cách khá xa khu dân cư. Tôi cố nhớ lại xem trên đường đi mình có gặp dấu hiệu nào không, như cây đổ hay chai nước, cây gậy, ba lô bị bỏ rơi, nhưng không hề có.

Anthony bấm số gọi Christy, phát hiện chỗ này không có sóng. Cậu ta vội vàng hỏi:

- Có ai dùng điện thoại được không? Thử gọi Christy xem.

Cả đám bu lại mở máy điện thoại, nhưng không máy nào có sóng.

Tôi, Anthony, và cả nhóm nhìn quanh, quyết định đi ngược lại nơi cổng vào để tìm Christy. Vừa đi xuống núi, chúng tôi vừa kêu tên Christy.

- Christy, Christy! Where are you?

Tôi nhớ lại con đường mòn dẫn lên núi có nhiều ngã rẽ. Tôi thử nghĩ xem, nếu mình là Christy thì sẽ làm gì. Tôi nghe Anthony nói Christy là y tá, nên chắc cô biết những biện pháp sơ cứu cơ bản nếu bị tai nạn.

Đi xuống một đoạn, tôi chợt chú ý đến tấm bảng chỉ đường hiking, đang bị gió thổi rung bần bật. Nhìn kỹ hơn, tôi thấy tấm bảng chỉ về hướng trái thay vì đi thẳng lên núi. Như vậy, có thể nào Christy đi theo hướng dẫn của tấm bảng bị gió thổi này?

Tôi nhìn theo hướng đó, cũng có con đường mòn nhỏ hẹp. Tôi nói với cả đám, lúc ấy đã chia hai nhóm nhỏ, tìm Christy rồi hẹn gặp trong 30 phút nữa chỗ bãi xe.

Tôi và Anthony chọn đi theo hướng bụi cỏ rậm rạp, chỗ tấm bảng chỉ đường bị gió thổi chỉ vào. Càng đi vào sâu, con đường càng hẹp. Hai chúng tôi phải vất vả lắm, có khi len người dưới những khóm cây rừng mới chui qua được. Có lúc, Anthony định bỏ cuộc:

- Tao không nghĩ Christy đi vào chỗ này.

Tôi nhìn kỹ khóm cây ven đường, xem xét trên mặt đất mà không thấy dấu giày nào cả.

Chợt Anthony giật tay tôi, chỉ vào tấm bảng "No Trespass. Private Property" (Cấm vào, khu vực đất tư nhân). Anthony nói:

- Hay mình lui ra ngoài. Đây là khu vực tư nhân.

Tôi lại nghĩ khác. Nếu có người ở đây, tôi sẽ hỏi họ xem có thấy Christy hay không. Linh cảm mình sẽ có thông tin ở chỗ đó, tôi nói với Anthony:

- Mình cứ thử vào xin phép họ.

Vừa qua khúc quanh phía sau núi, con đường mòn dẫn vào khoảng sân nhỏ của một ngôi nhà núp dưới tán cổ thụ. Nhìn từ xa, chỉ thấy cây và cây. Đến gần, tôi mới thấy có căn nhà nhỏ dọc theo triền núi.

Tôi và Anthony từ từ tiến vào khoảng sân. Hai chúng tôi tròn mắt khi thấy một cô gái tóc đen ngắn, đang ngồi uống nước ngoài sân với một bà cụ người Mỹ tóc trắng. Anthony la lên:

- Hey, Christy.

Cô gái châu Á tóc ngắn đúng là Christy, quay lại nở nụ cười khoe hàm răng trắng nhìn tụi tôi. Tôi mừng quá, vậy là đã tìm được Christy, nhưng chưa để chúng tôi kịp nói gì thêm, Christy đã lên tiếng:

- Anthony, mình xin lỗi vì đi lạc. Mình định gọi cho mấy bạn nhưng không có sóng. Lúc nãy vào chỗ này, mình bị đau chân. May là mình gặp bác chủ nhà và bác cho thuốc uống rồi ngồi nghỉ. Đây là bà Carson, chủ nhà.

Rồi Chirsty quay sang giới thiệu chúng tôi:

- Thưa bà Carson, đây là Anthony và người bạn cháu mới gặp, anh Wynn.

Bà Carson đứng lên chào và mời hai đứa chúng tôi ngồi. Cả hai đứa cũng gật đầu chào bà Carson. Chúng tôi nghe bà Carson kể thỉnh thoảng vẫn có người hiking đi lạc vào đây, bà đều ra tiếp chuyện. Bà còn kể có lối đi tắt ra thác nước bằng đường này và cho phép nhóm chúng tôi lần sau đi, nếu muốn.

Chúng tôi chào tạm biệt bà Carson, đi ngược ra ngoài vì sắp đến giờ hẹn. Đến chỗ có bảng chỉ dẫn, cả ba rẽ phải rồi chuẩn bị xuống núi. Đột nhiên, tôi nhớ ra một việc, liền gọi Anthony đến giúp. Anthony chưa hiểu nhưng cũng gật đầu.

Tôi chạy đến chỗ bảng chỉ đường nơi Christy bị lạc. Tôi muốn tìm cách chôn chặt chân bảng xuống đất, để nó không lung lay chỉ sai nữa. Bảng cắm bằng cây gỗ khá to, cỡ 10 phân vuông vức, nhưng do lâu ngày nên dưới chân đế bị hở ra và xoay khi có gió mạnh.

Tôi chỉnh lại hướng chỉ đường cho chính xác rồi bẻ mấy cành khô nhét vào khe hở bên dưới chân đế. Anthony và Christy hiểu ý, cũng tìm những cây khô nhỏ nhét vào cùng tôi. Cả bọn dùng mấy cục đá đóng mạnh vào nhánh cây, chèn chặt khe hở. Để cho chắc ăn, tôi hốt đất đá bỏ thêm vào, lấp hoàn toàn khoảng trống.

Bảng chỉ đường bây giờ đã đứng yên, không còn lung lay khi gió thổi. Cả ba chúng tôi hài lòng nhìn nó, rồi quay lưng, từ từ đi xuống núi.

Đi tìm Việt Nam

Năm đầu tiên định cư tại Mỹ, tôi nhớ Việt Nam vô cùng. Chỗ tôi ở là Holland, một thành phố nhỏ ở miền Tây Michigan, gần Ngũ Hồ rộng lớn. Cứ đến cuối tuần, tôi lại nhớ không khí quán cà phê Việt Nam có mùi cà phê đen, nhạc trẻ Việt và tiếng bạn bè huyên thuyên cười nói.

Mùa đông ở Holland, đường cao tốc tuyết rơi dày đặc, tôi lái xe hơn một giờ đồng hồ mới đến một quán cà phê Việt Nam tại thành phố Grand Rapids chỉ để nghe nhạc Lam Trường, nghe tiếng Việt, và ngửi thêm mùi thuốc lá. Nỗi nhớ Việt Nam của tôi có vơi đi, nhưng vẫn không hoàn toàn khỏa lấp.

Khi dọn lên học kiến trúc tại Ann Arbor, tôi rất vui mừng mỗi khi gặp sinh viên có họ Nguyễn, Trần, hay Lê. Tôi hăng hái tham gia hội sinh viên Việt, phụ nấu phở (Pho's Night) mà nhiệm vụ chính của tôi là bưng tô phục vụ.

Càng đi sâu trên con đường học vấn, tôi càng mong gặp thêm người Việt Nam tại New York, Boston, hay London. Lúc đi phỏng vấn trường y hay phỏng vấn bác sĩ nội trú khắp nước Mỹ, tôi thường ghé qua các tiệm ăn Việt để nghe tiếng Việt, ăn đồ Việt, và xem cộng đồng người Việt sinh sống như thế nào. Có lần tôi đến một tiệm ăn tên Saigon ở vùng Indianapolis lúc chín giờ tối. Tiệm chuẩn bị đóng cửa. Tôi nói với ông chủ người Việt là mình từ New York đến đây để phỏng vấn làm bác sĩ nội trú, ông chủ vui vẻ bảo tôi vào và mời ăn cơm chung với nhân viên. Lần ấy, tôi thấy người Việt mình sao dễ thương quá chừng.

Rồi sau bao nhiêu năm mong đợi, cuối cùng tôi cũng về thăm lại Việt Nam. Tôi tưởng rằng nỗi nhớ Việt Nam của mình sẽ tan biến khi về lại Sài Gòn uống ly cà phê trong công viên Tao Đàn, hay ngồi ăn chuối nướng bên lề đường ở Bạc Liêu.

Nhưng rồi lòng tôi vẫn thấy thiếu một điều gì đó. Bạn bè tôi ngày xưa lúc ngồi uống cà phê ở Tao Đàn giờ đã khác. Quầy chuối nướng ọp ẹp bên lề đường Bạc Liêu ngày xưa giờ cũng thay bằng xe đẩy khang trang hơn. Trái chuối nướng vẫn tròn tròn, vẫn vàng ngậy, vẫn bốc khói và thơm lừng nhưng vị không ngon như thuở trước, khi tôi và thằng bạn thân bẻ đôi ăn chung.

Càng về sau, tôi nhận ra cái mình tìm kiếm là cái hồn Việt Nam chứ không phải nước Việt Nam, không phải tiếng Việt hay món ăn Việt.

Năm 2018, tôi về Việt Nam tham gia hội thảo ung thư với vai trò là diễn giả. Tôi có cảm giác như mình đến một nước châu Á nói tiếng Việt. Chỉ đến khi có những khoảnh khắc vui vẻ và cảm động cùng bạn bè lúc cả đám bỏ việc cả ngày ngồi chém gió, tôi mới nhớ lại mình đã từng sống ở nơi đây.

Sau hai tuần ở Việt Nam, tôi nhớ nhà và muốn về lại Mỹ. Tôi nhớ khu phố yên bình chạy bộ buổi sáng quanh nhà. Nhớ tiệm ăn Dim Sum có bà lão tóc bạc hay đẩy xe bánh cuốn tôm khi gặp tôi. Nhớ tiệm đậu hũ gần chỗ làm luôn được tặng kèm chai sữa đậu nành mỗi khi mua đồ ăn sáng.

Tôi nhận ra nơi tôi ở chính là Việt Nam.

Việt Nam chính là nhà tôi, là má tôi hằng ngày nhổ cỏ, trồng hoa, tỉa lá trong vườn.

Việt Nam là phòng khám của tôi, nơi tôi khám bệnh nói tiếng Việt mỗi ngày.

Và, Việt Nam cũng là những buổi chiều tôi lên chùa trò chuyện về sức khỏe, được ăn chay miễn phí.

Việt Nam xuất hiện trong chính cuộc sống của tôi, là chất hồn Việt trong món ăn, là giọng nói, và là văn hóa trong dòng máu tôi.

Việt Nam cũng là cuốn sách này, nơi tôi ghi lại những câu chuyện tuổi thơ yêu dấu.

Los Angeles, Hoa Kỳ

BS Wynn Huỳnh Trần

NHÀ XUẤT BẢN LIÊN PHẬT HỘI

UNITED BUDDHIST PUBLISHER (UBP)

Westminster - California - USA

Tel: +1 (714) 889-0911

Email: publisher@pgvn.org

Website: www.unitedbuddhist.org / lienphathoi.org

MÀU NHẠT NẮNG

Hồi ức tuổi thơ

Xuất bản lần thứ nhất tại Việt Nam năm 2019

Tái bản lần thứ nhất tại Hoa Kỳ năm 2023
với một số chỉnh sửa hoàn thiện

Phát hành trên hệ thống POD toàn cầu
theo thỏa thuận giữa Tác giả và NXB Liên Phật Hội

Biên tập, hiệu đính & thiết kế bản in:
Nguyễn Minh Tiến

www.ingramcontent.com/pod-product-compliance
Lightning Source LLC
LaVergne TN
LVHW101919220826
846093LV00009B/304

9798869316615